કેળવણ

CN00797878

(ભાગ - 1)

જી. એસ. દેધરોટિયા 'ગુલામ'

NIRMOHI PUBLICATION

નિર્મોહી ઇન્ટરનેશનલ પ્રકાશન

મહેસાણા, ગુજરાત.

9624244390, nirmohimagazine@gmail.com

અર્પણ

જેમના થકી સંસારમાં આવવાનું થયું એવા મારા માતા પિતાના દિવ્ય ચરણોમાં અર્પણ.

કેળવણીની કલમે
© જી. એસ. દેધરોટિયા 'ગુલામ'
કિંમત 330

• પ્રકાશન
માર્ચ, 2024
જી. એસ. દેધરોટિયા 'ગુલામ'

• પ્રકાશક
નિર્મોહી ઇન્ટરનેશનલ પ્રકાશન
મહેસાણા, ગુજરાત.
મોબાઇલ નંબર 9624244390
ઇ-મેલ આઇડી – *nirmohipublication@gmail.com*

પ્રસ્તાવના

શિક્ષણક્ષેત્ર એ મારા માટે પસંદગીનું અને મનગમતું ક્ષેત્ર. આ ક્ષેત્રમાં સમજી વિચારીને જ આવ્યો છું. મારા શાળાકીય જીવનમાં જ મને આ ક્ષેત્રમાં ઊંડો રસ હતો. માધ્યમિક શાળાનો અભ્યાસ કરતો ત્યારે હું આ ક્ષેત્રમાં ચાલતી વિવિધ પ્રવૃત્તિઓમાં ભાગ લેતો. મેં સ્નાતકની પદવી હિંમતનગર આટર્સ એન્ડ કોમર્સ કૉલેજ મોતીપુરાથી મેળવી. તે સમયે શિક્ષણના વિવિધ વ્યાખ્યાનો યોજાતા તેમાં હું હંમેશાં હાજર રહેતો. વિવિધ વિદ્વાનોના વિચારો મને ખૂબ જ ગમતા. મોડાસા બી.એડ. કૉલેજમાં પ્રવેશ મેળવ્યો ત્યારે ડૉ. દાઉદભાઈ ઘાંચી સાહેબ જેવા વિદ્વાનોના સંપર્કમાં આવ્યો. એક વર્ષના તાલીમી શિક્ષણ દરમિયાન મને શિક્ષણક્ષેત્રના ઊંડા વિચારો મળ્યા. સતત અધ્યાપકોના સંપર્ક તેમજ ત્યાંની લાયબ્રેરીમાં જ્યારે સમય મળતો ત્યારે શિક્ષણને લગતા પુસ્તકો વાંચવાની ઉમદા તક મળી. વિશ્વના મહાચિંતકોના પુસ્તકો વાંચવા મળ્યા. મને કૉલેજકાળથી વાંચવાનો ખૂબ જ શોક હતો. હું કૉલેજની લાયબ્રેરીનો ઉપયોગ કરતો. મોડાસા બી.એડ કૉલેજ એટલે ગુજરાત રાજ્યની એક અગ્રિમ શિક્ષણની કૉલેજ. શિક્ષણની પ્રયોગશાળા કહી શકાય. નવીન વિચારોમાં અગ્રેસર મને એક વર્ષ સુધી તે સમયના વિદ્વાન અધ્યાપકોના જ્ઞાનનો લાભ મળ્યો. હું તો ગ્રામ્ય વિસ્તારમાંથી આવતો હોવા છતાં મારા માતા-પિતાને શિક્ષણમાં ઊંડો રસ હોવાને કારણે મને બળ મળ્યું. બી.એડ કૉલેજમાં શિક્ષણક્ષેત્રે કરવામાં આવતા વિવિધ પ્રયોગો મને વિચારતો કર્યો. હું પણ સતત વિચારતો રહ્યો. શિક્ષણક્ષેત્રે મારું

ચિંતન વધ્યું અને તેમ કરવાનો લહાવો મોડાસા બી.એડ. કોલેજમાંથી મળ્યો.

        બી.એડ. પૂર્ણ કરીને જ્યારે શિક્ષણના વ્યવસાયમાં જોડાયો ત્યારે મેં મક્કમ મને આ ક્ષેત્રને ઊંડું ખેડાણ કરવાનું વિચારેલ. હું એકદમ પછાત વિસ્તારમાં શિક્ષક તરીકે જોડાયો. જ્યાં ખૂબ જ ઢાંચા સાધનોની વ્યવસ્થા. શાળાનું મકાન પણ એકદમ જર્જરિત હાલતમાં. હું અંગ્રેજી વિષયનો શિક્ષક એટલે પછાત વિસ્તારમાં આ વિષય પ્રત્યે પણ દુર્લક્ષ હતા. તે સમયે એસ.એસ.સી.માં અંગ્રેજી વિષય ફરજિયાત ન હતો, મરજિયાત રાખતા. ૧૦૦ વિદ્યાર્થીઓમાંથી ભાગ્યે જ આઠ-દસ વિદ્યાર્થીઓ અંગ્રેજી રાખતા. હું તો ફ્રેશ ટીચર હતો. ત્યાં જોડાયો એટલે ધોરણ ૮ થી ૧૨ માં અંગ્રેજી વિષય ભણાવવાની જવાબદારી આપી દીધી. યુવાન હતો, ઉત્સાહી હતો એટલે મેં પડકાર સ્વીકારી લીધો. વિદ્યાર્થીઓ મારા કરતા પણ મોટા દેખાતા. હું તો એકદમ સિંગલ બોડી પણ શિસ્તનો અને કાર્ય પ્રત્યેની નિષ્ઠા ખૂબ જ ઊંચી હતી. ફ્રેશ ટીચર હોવાને કારણે હું રાત્રે મોડા સુધી બીજા દિવસની ભણાવવાની તૈયારી કરતો. વર્ગમાં હું મારી જાતને નીચોવી દેતો. પછાતવર્ગના બાળકો એટલે જો મારી પાસે ભણાવવાની પદ્ધતિના હોય તો વિદ્યાર્થીઓને સમજણ ના પડે એટલે મારે વિવિધ પદ્ધતિઓનો ઉપયોગ કરવો પડતો. જેમાં શિક્ષણક્ષેત્રે વિચારતા મારે ખૂબ જ પ્રયાસ કર્યા. સંપૂર્ણ તૈયારી સાથે વર્ગખંડમાં પ્રવેશતા પૂરો સમય બાળકોને સમજાવા પ્રયત્ન કરતો અને બાળકોને મહત્તમ આપવા પ્રયત્ન કરતો. થોડા સમયમાં મારી કામ કરવાની પદ્ધતિ વિદ્યાર્થીઓને ખૂબ જ ગમી એટલે વિદ્યાર્થીઓનો અંગ્રેજી વિષય પ્રત્યેનો જે ભાવ હતો તેમાં બદલાવ લાવી શક્યો. બીજા જ વર્ષે એસ.એસ.સી.માં

અંગ્રેજી વિષય રાખનારની સંખ્યા વધી ગઈ. પાંચ વર્ષ ત્યાં રહ્યો એટલે ધોરણ ૧૦ ના ૧૦૦ વિદ્યાર્થીઓમાંથી ૭૦ વિદ્યાર્થીઓ અંગ્રેજી વિષય સાથે બોર્ડની પરીક્ષા પાસ કરી જે મારા માટે એક શિક્ષણનો પ્રયોગ સફળ રહ્યો. એમ.એ. ની પરીક્ષા પાસ કરી. મારી પોતાની અસાઇનમેન્ટ તૈયાર કરીને વિદ્યાર્થીઓને આપતો જે ખૂબ જ કારગત રહી. મને બળ મળ્યું શિક્ષણક્ષેત્ર મને ખૂબ જ માફક આવી ગયું. મારી નિયમિતતા અને મારો ઉત્સાહ વધતો ગયો કારણ કે જે કોઈ પદ્ધતિ અપનાવતો તેમાં સફળતા મળતી રહી.

મોડાસા શહેરની એક મોટી શાળામાં ઉચ્ચતર માધ્યમિક વિભાગમાં શિક્ષક તરીકે જોડાયો. મને અહીં વિશાળ ક્ષેત્ર મળતાં મારામાં રહેલી શિક્ષણ પ્રત્યેની જિજ્ઞાસાને હું સારી રીતે ઉજાગર કરી શક્યો. મોડાસા એટલે શિક્ષણની નગરી. ઉત્તર ગુજરાતમાં તે સમયે મોડાસા શહેરની શિક્ષણક્ષેત્રે બોલબાલા હતી. અવારનવાર બી.એડ. કૉલેજના સંપર્કમાં આવવાની તક સાંપડી. એમ.એડ. કરવાની તક મળતા જ મેં સ્વીકારી લીધી. સતત પ્રવૃત્તિશીલ રહે તે મારો સ્વભાવ છે. શનિવાર અને રવિવારે બી.એડ. કૉલેજમાં એમ.એડ. કરવા માટે જવાનું થતું. શનિવાર અને રવિવાર બે વર્ષ સુધી કૉલેજના સંપર્કમાં રહ્યો અને વિદ્વાન અધ્યાપકોના સંપર્કના કારણે મને વિચારોની દિશા મળી જેની મારે તલાશ હતી. બે વર્ષ શિક્ષણની માસ્તર ડિગ્રી મેળવવા અસંખ્ય પુસ્તકો વાંચ્યા તો યુનિવર્સિટીમાં ફસ્ટ ક્લાસ સાથે ડિગ્રી મેળવી. એટલે મારામાં શક્તિનો સંચાર થયો. એમ.એ. એમ.એડ. ની ઉપાધિ સાથે આ ક્ષેત્રમાં તે સમયે ઘણા ઓછા શિક્ષકો હતા. શિક્ષક તરીકે ૧૦ થી ૧૨ નો શૈક્ષણિક કાર્યનો અનુભવ થતાં પરિપક્વતા આવી. હું દરેક બાબતો શિક્ષણના દ્રષ્ટિકોણથી જ વિચારતો થયો. દરેક બાબતોને

હું બીજાઓથી ભિન્ન રીતે વિચારતો એટલે એક શિક્ષક તરીકે અલગ તરી આવ્યો.

મારી આ ક્ષેત્રમાં સતત પ્રયાસોને કારણે મેં કોઈપણ કલ્પના પણ કરી ન હતી કે આચાર્યના પદ સુધી પહોંચીશ. સમય આવતા આચાર્ય તરીકે ઓફર મળતા મેં તાત્કાલિક સ્વીકારી લીધી. મારા વિચારોની શાળા બનાવવા માટે સતત ચિંતન કરતો રહ્યો. મોડાસાની એમ.આર.ટી. મદની હાઈસ્કુલનાં આચાર્ય તરીકે જવાબદારી સંભાળી તો મેં પૂરી શક્તિ ત્યાં જ લગાવી થોડા સમયમાં તો ગુજરાત રાજ્યની શ્રેષ્ઠ લઘુમતી શાળાનું બહુમાન મળ્યું. સતત પાંચ વર્ષ સુધી Best Minority School Award મને મળતો. ગુજરાતમાં મને નામના મળી. શિક્ષણમાં વિવિધ પ્રયોગો કર્યા. શાળાને, સમાજને, વાલીઓ, વિદ્યાર્થીઓને શિક્ષણમય બનાવી દીધા. સતત સૌના સહકાર લઈને શાળાને એક ઊંચાઈ પર મુકવી જેમાં તમામનો સહકાર રહ્યો.

૨૦૦૧ માં જે શાળામાં માધ્યમિક શિક્ષણ મેળવ્યું હતું તે જ શાળામાં આચાર્ય બનવાની તક મળી. મારું પણ એક સ્વપ્ન હતું કે જે શાળામાં ભર્યો છું ત્યાં જ એકવાર આચાર્ય પદ પર બેસવું. ઇલોલ હાઈસ્કૂલ એ મારી માતૃશાળા. મેં ધોરણ ૭ થી એસ.એસ.સી. સુધીનો અભ્યાસ કર્યો. જ્યારે ૨૦૦૧ માં ઇલોલ હાઈસ્કૂલમાં આચાર્ય તરીકે પરત આવ્યો ત્યારે શાળા ઘણી બધી બદલાયેલી હતી. શિક્ષણમાં પણ આમૂલ પરિવર્તન આવ્યા હતા. માતૃશાળામાં આવવાનો આનંદ અનેરો હતો. ૪૨ વર્ષની ઉંમરે

ઇલોલ પરત ફર્યો મને જેમણે શિક્ષણ આપેલ તે શિક્ષકગણ પણ હું આવ્યો ત્યાં નોકરી કરતા.

ગુજરાત સરકાર દ્વારા કર્મયોગી તાલીમ શરુ થઈ. શીક્ષનમાં ગુણવત્તા લાવવા માટે રાજ્ય સરકારે શાળા વિકાસ સંકુલની રચના કરી. જેમાં હિંમતનગર તાલુકાની શાળા વિકાસ સંકુલના કન્વીનરની જવાબદારી મને સોંપવામાં આવી. શિક્ષકોને તાલીમ આપવાની જવાબદારી સોંપવામાં આવી. વિષય તજજ્ઞ તરીકેની નિમણૂક કરવામાં આવી. અંગ્રેજી વિષય નિષ્ણાત તરીકેની મારી કામગીરી જીલ્લા કક્ષાએ નોંધ લેવાઈ. ત્યાર બાદ તો જે જે તાલીમ યોજાતી તેમાં કી રિસોર્સ પર્સન તરીકેની કામગીરી રાજ્યકક્ષાએ ભાગ લેતા શિક્ષણમાં નવીનતા લાવવામાં હું ભાગીદાર બન્યો. કર્મયોગી તાલીમ અંતર્ગત મારામાં રહેલી શિક્ષણ પ્રત્યેનો અભિગમ બહાર આવ્યો. અનેક તાલીમ કાર્યક્રમમાં નેતૃત્વ કર્યું. આચાર્ય, શિક્ષક, કારકુન, વહીવટી અને સંચાલક મંડળોને તાલીમ આપીને મારા જ્ઞાનને નવી દિશા મળી. મારા વિચારોને લોકો સુધી પહોંચાડવાની તક મળી. હું આ ક્ષેત્રમાં ખૂબ જ ખુલ્લા મને વિચારતો થયો. દુનિયામાં ચાલતી શૈક્ષણિક વ્યવસ્થા અને આવનાર સમયમાં પડકારો સામે કેવા પ્રકારની શૈક્ષણિક વ્યવસ્થા હોવી જોઈએ તેનું સતત ચિંતન કરતો રહ્યો જેને મારા વિચારોને બળ મળ્યું. તાલીમ દરમિયાન હું મુગ્ત મને ચર્ચા કરતો જે તાલીમ લેનાર વર્ગને ખૂબ જ ગમતી.

સમય જતા મેં લેખનકાર્યમાં જંપલાવ્યું જેમાં મારી સાથે કામ કરતા શ્રી જે.ડી.પટેલ અને શ્રી જે.એન.પટેલ સાથે મળીને

'રીયલ પબ્લિકેશન' દ્વારા અંગ્રેજી વિષયમાં વર્કબુક શરુ કરી. એક નવીન રીતે રજુ કરતા શિક્ષકો તેમજ વિદ્યાર્થીઓને પસંદ આવી. "Better English Learning" નાં ટાઈટલ નીચે ધોરણ ૫ થી ૧૨ ની વર્કબુક માર્કેટમાં મૂકી તો સારો પ્રતિસાદ મળ્યો.

સાબરકાંઠા જિલ્લામાં અંગ્રેજી વિષયનું જ્ઞાન સમૃદ્ધ થાય તે હેતુથી 'English Insight' મેગેઝિનનાં એડિટર તરીકે કામગીરી સંભાળી. ઇલોલ હાઈસ્કૂલમાં આચાર્ય તરીકેની જવાબદારી દરમિયાન શાળાને જીલ્લા કક્ષાએ ઊંચાઈ બક્ષી. નવીન પ્રયોગો હાથ પર ધર્યા. જિલ્લામાં એક અલગ છાપ ઉભી થતાં જિલ્લાની શ્રેષ્ઠ શાળાની પસંદગી પામી. મારા વિચારોને વિદ્યાર્થી, સમાજ સુધી પહોંચાડવા માટે દરરોજ શિક્ષણ નવીન ચિંતન કરીને અમલ કરવા લાગ્યો. જેમ જેમ નિવૃત્તિ તરફ આવતો ગયો તેમ તેમ શિક્ષણનો વિશાળ અનુભવ અને વાંચન મને ખૂબ જ બૌદ્ધિક રીતે સમૃદ્ધ બન્યો. જે વિચારતો તે લખતો ગયો. કેટલાક કાવ્યો લખવા પ્રયત્ન કર્યા, ગઝલ પણ લખતો. મને ચિત્રનો ખૂબ જ શોખ એટલે સારા ચિત્રો પણ દોર્યા.

નિવૃત્તિ બાદ વયનિવૃત્ત થયો પણ શિક્ષણક્ષેત્રમાંથી નિવૃત્તિ ના લીધી. સતત આ ક્ષેત્રને ખેડવા માટે મથતો રહ્યો. લગભગ ૩૫ વર્ષથી આ ક્ષેત્રમાં રહીને મેં મારા જીવનમાં અનેક અનુભવો પ્રાપ્ત કર્યા જે લોકો સુધી પહોંચાડવા માટે લેખો લખવાનું શરુ કર્યું આની પાછળનો હેતુ માત્ર શિક્ષણનો પ્રચાર અને પ્રસાર કરવો. શિક્ષણને પ્રોત્સાહન આપવાનો મુખ્ય ઉદ્દેશને ધ્યાનમાં રાખીને મેં મારી કલમ અજમાવી. રોજ નવા નવા વિષય શોધતો અને તેના પર

ચિંતન અને મનન કરીને રાત્રે વહેલી સવારે ૩ વાગ્યે ઊઠીને લેખ લખવાનું શરુ કરતો. જીવન દરમિયાન પ્રાપ્ત કરેલ જ્ઞાનનો અવિરત પ્રવાહ શરુ થયો. જે મેં મારા લેખ દ્વારા પ્રગટ કરવા લાગ્યો. દરરોજ મોબાઇલમાં મારા વિચારો ટાઈપ કરતો અને મારા મિત્રો સુધી પહોંચાડતો જે મારા મિત્રોએ મને પ્રોત્સાહિત કર્યા જેના કારણે મને લેખ લખવાનો ઉત્સાહ જાગ્યો પછી તો દરરોજ એક લેખ લખું તોજ સંતોષ થાય મારા મિત્રો સતત પ્રોત્સાહન આપતા ગયા. કેટલાક મિત્રો તો મને વિષય આપતા કે તમે આ વિષય પર તમારા વિચારો પ્રગટ કરો. શિક્ષણ, સમાજ, જીવન, યુવાન, જીવન પ્રસંગો અને મારા જીવનમાં બનેલી ઘટનાઓ તથા કોઇપણ વિષય પર વાર્તાના રૂપમાં લેખ લખવાની પ્રેરણા મળી.

મારા લેખ ગાંધીનગર મેટ્રો દૈનિક વર્તમાન પત્રમાં અને ગુજરાત ટુડેમાં સ્થાન મળવા લાગ્યું. તે મારી સૌથી મોટી સફળતા સમજુ છું. મેં મારા જીવનમાં ક્યારેય વિચાર્યું ન હતું કે હું આ રીતે મારા વિચારોને લેખ સ્વરૂપે પ્રગટ કરીશ પરંતુ મને મારા મિત્રો દ્વારા પ્રોત્સાહન અને કુદરતની મહેરબાનીથી લેખોની વણજાર લાગી. આજે મારા લેખોમાંથી ચોક્કસ લેખ પસંદ કરીને પુસ્તકનો આકાર આપીને આપની સમક્ષ મુકવા પ્રયત્ન કરું છું. કેટલીક બાબતોમાં મારા વિચારો અને મંતવ્યો સાથે અસહમત થશે પરંતુ એ મારો વિચાર છે જે આપના એટલે કે વાચકો પર ઠોકી બેસાડતો નથી. આ મારું ચિંતન છે જે નમ્ર ભાવે સ્વીકારશો હું આપ સૌની પાસે અપેક્ષા રાખું કે મારી આ કલમને આપના હકારાત્મક અભિગમ વડે બળ મળશે એવી અપેક્ષા રાખું છું. હું આ પુસ્તક તૈયાર કરવા માટે મારા મિત્રો, મારા શુભેચ્છકો, મારો પરિવાર અને તમામ વાચકનો આભાર માની ને આપ સુધી મારું આ પ્રથમ પુસ્તક પ્રકાશિત કરીને આપ સુધી પહોંચાડવા પ્રયત્ન કરું છું.

સ્વીકૃતિ

- પૂર્વ વાઈસ ચાન્સેલર ઉ.ગુ.યુનિ, પાટણ ડૉ દાઉદભાઈ ઘાંચી.
- પૂર્વ જિલ્લા શિક્ષણાધિકારી, સાબરકાંઠા શ્રી એ.બી.પટેલ.
- ગુજરાતી સાહિત્ય નવલકથાકાર શ્રી હંસરાજભાઈ પટેલ.
- પૂર્વ સચિવશ્રી કમિશનર ઓફ સ્કૂલ, ગાંધીનગર. ડૉ. એ.કે.રાઠોડ.
- પૂર્વ જિલ્લા શિક્ષણાધિકારી, સાબરકાંઠા ડૉ. કાનાણી.
- પૂર્વ ડેપ્યુ.શિક્ષણ નિયામક, ગાંધીનગર શ્રી. રમેશભાઈ ઉપાધ્યાય.
- ઓમ લેન્ડમાર્ક એજ્યુ. ટ્રસ્ટ, મોટા ચિલોડા મેનેજીંગ ટ્રસ્ટી
- શ્રી. ગિરીશભાઈ રાવલ અને ડૉ. અશોકભાઈ રાવલ.
- એકજ્યુકીટિવ ટ્રસ્ટી, ગ્રોમોર ગ્રુપ ઓફ ઇન્સ્ટિટ્યૂશન, હિંમતનગર, ડૉ. બી.એલ.પટેલ.
- આસિસ્ટન્ટ પ્રોફેસર હેડ ઓફ ધ સાઇકોલોજી, વડનગર ડૉ હનીફભાઈ નાંદોલિયા.
- સેનેટ સભ્ય ઉ.ગુજ.યુનિ,પાટણ અને રાજ્ય પ્રવક્તા આચાર્ય સંઘ શ્રી ભાનુપ્રસાદ પટેલ.
- મંત્રી શ્રી સાબરકાંઠા જી.આચાર્ય સંઘ અને પ્રિન્સિપાલ કે.એમ.પટેલ વિદ્યામંદિર, ઇડર શ્રી કિરણભાઈ પટેલ.
- પૂર્વ ગ્રંથપાલ શ્રી મોડાસા બી.એડ. કૉલેજ શ્રી કિશોરભાઈ શુક્લ.
- ગુલામહસન હીરા એન્જિનિયર
- સાબરકાંઠા જિલ્લા શિક્ષણાધિકારીશ્રી તથા તમામ ઈ.આઈ. સ્ટાફ.
- કમલેશ શુક્લ લેખક અને ગુજરાત રાજ્ય શ્રેષ્ઠ શિક્ષક એવૉર્ડ વિજેતા.

- જેમના આશીર્વાદ, પ્રેરણા, પ્રોત્સાહન અને માર્ગદર્શનથી મારા વિચારો વ્યક્ત કરવાની અને તેને શબ્દો થકી લેખનયાત્રા અવિરત ચાલુ રહી છે અને સુંદર લેખન સર્જન શક્ય બન્યું છે.

અનુક્રમણિકા

કેળવણીની કલમે

(ભાગ 01)

1. આચરણ કરે તે આચાર્ય, જેનાથી સંકુલ દીપે

આજકાલ શિક્ષણની ખૂબજ ચર્ચા કરવામાં આવે છે. કોઈ હકારાત્મક તો કોઈ નકારાત્મક વિચારો રજૂ કરતાં હોય છે. સમય અને સંજોગો બદલાતા શિક્ષણમાં કામ કરતા વ્યક્તિઓમાં પણ બદલાવ જોવા મળે છે. તેની સાથે વિવિધ પ્રકારના લોકો સંકળાયેલા હોય છે. આચાર્ય, શિક્ષકો, વિદ્યાર્થીઓ અને વાલીઓ, ક્લાર્ક, સેવક, મેનેજમેન્ટ, સરકાર, દાતાઓ વગેરે, પરંતુ કોઈપણ શૈક્ષણિક સંકુલના વિકાસમાં આચાર્યનો ફાળો સવિશેષ હોય છે. વિકાસના કેન્દ્રમાં આચાર્યની ભૂમિકા ખૂબજ અગત્યની હોય છે. વિદ્યાર્થીઓના પરિણામ, સ્ટાફ સાથેનો વ્યવહાર અને સંકુલ ની સંપૂર્ણ જવાબદારી તેના શિરે હોય છે, જો તે સમજે અને સ્વીકારીને ચાલે તો... તેની વહીવટી કુશળતા અને આગવી સૂઝને કારણે શૈક્ષણિક સંસ્થાઓ વિકાસ પામતી હોય છે, જે આપણે અનેક સંસ્થાઓ જોઈ છે કે જે સંસ્થા તેના આચાર્યના કારણે ઓળખાતી હોય છે.

જેનું આચરણ ઉત્તમ તે જ આચાર્ય. તેની નિયમિતતા, પ્રમાણિકતા, વિદ્વત્તા,નિષ્ઠાની સીધી અસર જેતે સંસ્થા પર પડતી જ હોય છે. સંસ્થાની સુંદર વ્યવસ્થા, સંચાલન, સ્ટાફ, વાલીઓ અને વિદ્યાર્થીઓ સાથેનો વ્યવહાર તેમના થકી પરિણામ મળતું હોય છે.

સંસ્થાના વિકાસ સાથે વિદ્યાર્થીઓનું મૂલ્યાંકન પર તેના વ્યવહારની સીધી અસર જોવા મળતી હોય છે.

આચાર્યની નિયમિતતા તેના સ્ટાફ અને વિદ્યાર્થીઓ અને વાલીઓ ને સારો મેસેજ મળતો હોય છે. આચાર્ય એ કોઈપણ શૈક્ષણિક સંસ્થાનો કી પર્સન છે, તેની આસપાસ કોઈપણ સંસ્થા ટકી રહે છે. તેનો સ્વભાવ જ પ્રભાવ ઊભો કરે છે. તેની વિદ્વત્તાની સુવાસ ચારેકોર ફેલાતી હોય છે, તેની વાણી, વર્તન વિદ્યાર્થીઓ અને શિક્ષકો તેમજ વાલીઓને પ્રભાવિત કરતી હોય છે. તે હમેશાં અગ્રેસર રહે છે. તેના જ્ઞાનનો પ્રભાવ શિક્ષકો અને વિદ્યાર્થીઓ પર પડતો જ હોય છે. આચાર્ય એક સારો વહીવટદાર તો ખરો જ સાથે સાથે એક સારો શિક્ષક પણ છે, તે પ્રથમ શિક્ષક છે પછી આચાર્ય કારણ કે તેને કેટલાક વર્ગોમાં પિરિયડ લેવાનાં જ હોય છે. જે આચાર્ય વર્ગખંડમાં જઈને શૈક્ષણિક કાર્ય નથી કરતો તે આચાર્ય કહેવાને લાયક જ નથી, કારણ કે આચાર્ય શિક્ષણમાં જો નિપુણ ન હોય, જો તેને વિવિધ શૈક્ષણિક પદ્ધતિઓ નું જ્ઞાન ન હોય તો તે આચાર્યનું પદ શોભાવી શકતો નથી. તેનો ભાષા પરનો કાબુ તેમજ પોતાના વિષયનો નિષ્ણાત તો ખરો જ પણ અન્ય વિષયોનું જ્ઞાન તેની પાસે હોવું અપેક્ષિત છે. કારણ કે વિદ્યાર્થીઓના જીવનમાં આચાર્યનું વિશેષ મહત્વ હોય છે. તેનું માર્ગદર્શન રોજબરોજ નિયમો અને સંસ્થાની ગતિ વિધિની દેખભાળ રાખે છે. આચાર્યનું આચરણ સંસ્થા સાથે સંકળાયેલા તમામને પ્રભાવિત કરતું હોય છે, એક સમય એવો હતો કે આ જવાબદારી લેવા માટે હરીફાઈ હતી, પરંતુ આજે આ જવાબદારીથી દૂર ભાગતાં જોવા મળે છે તેના અનેક કારણો હોઈ શકે.... આજની સ્થિતિમાં શિક્ષકો પાસે કામ લેવું ખૂબજ અઘરું બની ગયું છે, કામ નહીં દલીલો વધારે, બહાના અનેક જાણે તેઓ શિક્ષક તરીકે ફરજ પાર્ટ ટાઈમ

કરતા હોય તેવું લાગે. આજે આચાર્યો શાળાઓમાં ઘણી બધી સમસ્યાઓનો સામનો કરવો પડે છે. પરંતુ આ બધી સમસ્યાઓમાંથી માર્ગ કાઢીને શૈક્ષણિક સંસ્થાનો વિકાસ કરે તેજ શ્રેષ્ઠ આચાર્ય, બાકી રોજ સમસ્યાઓના ઉકેલ લાવવા ને બદલે ખુદ સમસ્યાઓમાં અટવાયેલા રહે અને ખુદ સમસ્યા બની જાય તે શું કરી શકે?

દર વર્ષે શ્રેષ્ઠ શિક્ષક અને શ્રેષ્ઠ આચાર્યો ને એવોર્ડ આપીને સન્માનિત કરવામાં આવે છે. આજનો આચાર્ય એક ક્લાર્કની ભૂમિકા ભજવી રહ્યો છે. સતત માહિતીમાં ઉલજન માં રહે છે, એટલી બધી માહિત તૈયાર કરવાની જવાબદારી હોય છે કે, તે સતત તણાવ અનુભવે છે, સરકારી માહિતી એટલી બધી હોય છે કે, એક આપો અને બીજો પત્ર આવી જાય, જિલ્લા શિક્ષણાધિકારી કચેરી એટલી બધી માહિતી માંગે છે કે તે શૈક્ષણિક કામ તો કરીજ નથી શકતો. તત્કાલ માહિતી મોકલો, ઓનલાઇન માહિતી, ડેટા એન્ટ્રી, પગાર પત્રક, મૂલ્યાંકન પત્રકો, આધાર ડાયસ એવી એટલી બધી આંકડાકીય માહિતી કે જે સમય મર્યાદામાં મોકલી આપવાની હોય છે. વિવિધ શિષ્યવૃતિ, પરીક્ષાઓ,સરકારી યોજના, વર્ગ વધારો, વર્ગ ઘટાડો એ તો સારૂં થયું કે કોમ્પ્યુટર આવવાથી રાહત મળી છે નહિતર લખીને જો મોકલવાની હોત તો શું થાય.

શાળામાં વિવિધ સ્પર્ધાઓ, રમતગમત, યુવક મહોત્સવ, વિવિધ પ્રકારના દિવસોની ઉજવણી વળી કોઈ અચાનક મંત્રી આવે તો તેની તૈયારી,અધિકારીઓ,કેળવણી નિરીક્ષકો વાલીઓ મેનેજમેન્ટ બહારના મુલાકાતીઓ સીધા જ આચાર્યને મળે. સંસ્થાના કર્મચારી ને અંકુશમાં રાખવાની સાથે સાથે નાણાકીય જવાબદારી, દફતરી કામ, શાળાના રેકોર્ડ સારી રીતે નિભાવવાની જવાબદારી,

વિદ્યાર્થીઓને ગુણવત્તાલક્ષી શિક્ષણ મળે તેની વ્યવસ્થા ગોઠવવી આવી અનેક જવાબદારી સંભાળવાની હોય છે. શાળાની સ્વચ્છતા, વાલીઓને પ્રોત્સાહિત કરવા, સરકારી પરિપત્રોનો અમલ કરાવવો, વિદ્યાર્થીઓને પ્રોત્સાહિત કરવા, શાળાની કમિટીઓની મિટિંગ યોજવી, રોજમેળ નિભાવવા, બેંકના વ્યવહાર, બીલો ચેક કરવા ઓડિટ કરાવવું, ડિજિટલ દુનિયામાં માહિતી તૈયાર કરવી, સાચવવી, અપડેટ કરવી, વિદ્યાર્થીઓ, કર્મચારીઓની હાજરી, ડેટા એન્ટ્રી અને મોકલવી વગેરે અનેક કામ હોય છે. શાળાની ઓળખ તેના આચાર્યની હોય છે. જિલ્લા કે રાજ્યમાં શાળાની ઓળખ તેના આચાર્યના કારણે થાય છે. તેની વહીવટી કુશળતા અને ક્ષમતા તેમજ તેની આગવી કાર્યપદ્ધતિ કારણોને તે શાળા આગવી તરી આવે છે. તેના ચોક્કસ નોર્મ હોય છે. શાળામાં કોઈપણ ઉભી થતી સમસ્યા આચાર્યની પાસે જ આવતી હોય છે. શાળાના પરિણામ સુધારણા થી માંડીને ભૌતિક સગવડો ઊભી કરવાની જવાબદારી તેના માથે હોય છે. ચાલક શિક્ષકો નાની સરખી સમસ્યા માટે પણ વિદ્યાર્થીઓ કે વાલીઓને આચાર્ય પાસે મોકલી આપીને નિરાંત અનુભવતાં હોય છે. રોજ બદલાતી પરિસ્થિતિ મુજબ અને મોબાઇલ યુગમાં અનેક શિસ્તના પ્રશ્નો ઊભા થયા છે જેને કાબુ કરવો આચાર્યો માટે માથાનો દુઃખાવો બની ગયા છે. કર્મચારીઓના અશિસ્ત અને વિદ્યાર્થીઓ અને વાલીઓના એટલા બધા પ્રશ્નો આવે છે કે આચાર્ય ખુદ તણાવ અનુભવે છે.

આચાર્ય શિક્ષકો અને વિદ્યાર્થીઓને એક અસરકારક નેતૃત્વ પૂરું પાડે છે. તેનું સબળ નેતૃત્વ જ સંસ્થાને એક નવીન દિશા આપી શકે છે. તેની આવડત હોય તેવો વ્યક્તિ જ સફળ આચાર્ય બની શકે છે. માત્ર લાયકાત મેળવી લઈને હોદ્દો મળી જવાથી આચાર્ય નથી બની જવાતું. તેને તો Round the clock કામ કરતા રહેવાનું

હોય છે. સંસ્થાને શ્રેષ્ઠ શિખરે લઈ જવાની જવાબદારી સાથે સાથે વિદ્યાર્થીઓમાં શ્રેષ્ઠ ગુણો વિકસાવવાની કામગીરી તેને કરવાની હોય છે.

આચાર્ય એ મેનેજર, સંચાલક, નેતા, નિરીક્ષક, ડાયરેક્ટર આ તમામ ગુણો હોવા જરૂરી છે. તે સાચો માર્ગદર્શક, રાજા છે. તેની આગવી છટા, સૂઝ, કુનેહ, આવડત, જ્ઞાની, નિખાલસ, પ્રભાવશાળી વ્યક્તિત્વ, સમય પાલનમાં માનનારો, પ્રામાણિક, ચારિત્ર્યવાન કર્મઠ, નિર્ણયશક્તિ ધરાવનાર, સૌને સાથે લઈને ચાલવાની આગવી સૂઝ ધરાવનાર, સફળ નેતૃત્વ, જ્ઞાન, કર્મ અને ભક્તિને વરેલા હમેશાં શાળાનું ચિંતન અને ચિંતા કરનારો વ્યક્તિ જ સારો આચાર્ય બની શકે, એટલે કે તે પ્રજ્ઞાવાન, શીલવાન, અને કરુણાવાન જેવા ત્રિગુણવાન વ્યક્તિ હોય તો શૈક્ષણિક સંસ્થા વિકાસ કે પ્રગતિ સાધી શકે.

2. શું આપણી શિક્ષક તાલીમી કૉલેજ શિક્ષકો તૈયાર કરવામાં નિષ્ફળ રહી છે?
(PTC અને B. ED COLLEGES)

આજે જો કોઈ બહુ ચર્ચિત અને ગંભીરતા લેવા જેવી જો કોઈ બાબત હોય તો તે શિક્ષણ છે. કોઈપણ રાષ્ટ્ર કે સમાજનો આધાર તેની શૈક્ષણિક વ્યવસ્થાપનનો છે. દેશ આઝાદ થયો ત્યારથી અનેક કમિશનની રચના કરવામાં આવી અને તેની ભલામણો અનુસાર જે તે સમયની સરકારે તે અંગેના પગલાં લેવામાં આવ્યા અને તેના માટે નાણાં પણ ફાળવવામાં આવ્યા. કોઈપણ શૈક્ષણિક સંસ્થાઓનો આધાર અને તેની ગુણવત્તા ત્યારે જ લાવી શકાય કે જ્યારે તેમાં કામ કરતા શિક્ષકો અને અધ્યાપકોની ગુણવત્તા ઊંચી હોય. પ્રાથમિક શિક્ષણ એ પાયો છે. જો આપણે પ્રાથમિક શિક્ષણને ગુણવત્તા વાળુ ન આપી શકીએ તો માધ્યમિક અને ઉચ્ચ શિક્ષણ પણ નબળું સાબિત થાય. તેના માટે વર્તમાન સ્થિતિ જોઈએ તો પ્રાથમિક શાળામાં કામ કરતા શિક્ષકોની ગુણવત્તા કેવી છે? તે આપણે રોજ છાપા અને ન્યૂઝ ચેનલ પર પ્રસારિત થનારા સમાચારમાં જાણીએ છીએ. માત્ર કોઈ એક જ પાસાને ધ્યાનમાં રાખીને આપણે તારણ પર આવી ન શકાય. પહેલા પ્રાથમિક શિક્ષક થવા માટે ફાઇનલ પાસ ને શિક્ષક તરીકે નિમણૂંક આપવામાં આવતી હતી, ભલે ફાઇનલ પાસ થાય પણ તે સમયે

તેની ગુણવત્તા સારી કહી શકાય, તે સમયના શિક્ષકોની નિષ્ઠા ઊંચી કહી શકાય અને તે પરીક્ષામાં આજે જે કઈ ગેરરીતિઓ આચરવામાં આવી રહી છે તેવી ઓછી હતી એમ કહીએ તો કઈ ખોટું નથી. ત્યાર બાદ એસએસસી પાસ કર્યા બાદ PTC નીચે શિક્ષક તાલીમ લીધા બાદ શિક્ષકોની ભરતી કરવામાં આવી. જ્યાં સુધી સરકારી PTC કૉલેજ તેમજ ગ્રાન્ટેડ PTC કૉલેજ હતી ત્યાં સુધી સાચા અર્થમાં શિક્ષકોને તમામ પ્રકારની તાલીમ આપવામાં આવતી હતી. ગાંધી વિચારો બુનિયાદી માળખામાં રહીને એક આદર્શ વ્યવસ્થા હતી, ખાદી પહેરવી, રેંટિયો ચલાવવો, સફાઈ કામ, શ્રમકાર્ય, પ્રાર્થના કાર્ય જેવી અગત્યની પ્રવૃત્તિઓને પ્રાધાન્ય આપીને શિક્ષકોને તૈયાર કરવામાં આવતા હતા. નિયમિત કૉલેજમાં હાજરી આપવી, ફરજિયાત હોસ્ટેલમાં રહીને અભ્યાસ કરવો. શિક્ષકો પાસે વિવિધ સમિતિઓની રચના કરીને તેમની પાસેથી કામ લેવામાં આવતું. કૉલેજમાં વિવિધ વિષયોનું નિષ્ણાત અધ્યાપકો દ્વારા શિક્ષણ આપવામાં આવતું હતું. પાઠ આયોજન, પ્રાર્થના કાર્યક્રમમાં ભાગ લેવા, ગીત સંગીત, વિવિધ સંગીતના સાધનો વગાડવા, ચિત્ર દોરવા, સુંદર અક્ષરો કાઢવા, સુવિચાર લખવા, બોર્ડ સજાવટ કરવી, સ્વલિખિત અંકો બનાવવા, શૈક્ષણિક સાધનો તૈયાર કરવા, વિવિધ ચાર્ટ તૈયાર કરવા, બ્લૉક ટીચિંગ માટે જવું, વર્ગમાં જઈને પ્રૅક્ટિકલ પાઠ આપવા અને તેના માટે સુવ્યવસ્થિત પાઠ આયોજન કરવું શિક્ષણને લગતી તમામ પ્રકારની તાલીમ જે તે PTC કૉલેજમાં અપાતી હતી જે ભૂતકાળ બની ગયો. તે સમયે તાલીમ લઈને જે શિક્ષકો તૈયાર થયા હતા

તેમની કાર્ય પધ્ધતિ કંઈક અલગ પ્રકારની જોવા મળે, તેમાં પણ એવી નામાંકિત કૉલેજમાં જો તાલીમ મેળવી હોય તો તે શિક્ષક કંઈક જુદો જ તરી આવે પણ જ્યારથી સ્વનિર્ભર PTC કૉલેજોની મંજૂરી આપવામાં આવી ત્યારથી ત્યાં તૈયાર થઈને આવતા શિક્ષકોની પાસે માત્ર માર્કશીટમાં ટકા જોવા મળે પરંતુ શિક્ષકની ગુણવત્તા ઘટતી ગઈ. પરિક્ષા પાસ કરીને ટકા મેળવી લઈને ઊંચી ટકાવારી કૉલેજ આપવા લાગી જેમાં ગેરરીતિઓ આચરવામાં આવી અને શિક્ષકોમાં કંઈ જ ના હોય પણ માત્ર માર્કશીટ માં ટકાને આધારે નોકરીમાં લાગી ગયા, જે આજે પ્રાથમિક શાળામાં કામ કરી રહ્યા છે. એક નબળો શિક્ષક ભરતી થાય એટલે લગભગ 35 વર્ષ એટલે કે 35 પેઢીઓને ભણાવે તો શું થાય એ આપણે સમજી શકીએ. આવા અસંખ્ય શિક્ષકો પ્રાથમિક શાળાઓમાં આવી ગયા. સ્વનિર્ભર કૉલેજોમાં નબળા અને લાયકાત વગરના અધ્યાપકો રોકીને કેવી તાલીમ આપવામાં આવી હોય તે સૌ કોઈ સમજી શકે, પણ સરકારે આ મુદ્દે કોઈ જ ગંભીરતા ન દાખવી જેનું પરિણામ આજે પ્રાથમિક શિક્ષણ ખાડે ગયું છે તેવી વાતો સૌ કરે છે. તેની સાથે બીજા અનેક પાસા જવાબદાર છે પણ સરકારની નીતિ અને જરૂર કરતાં વધારે કૉલેજ શરૂ કરી ને ગુણવત્તા બગાડી તેમ કહી શકાય. ત્યાર બાદ ધોરણ 8 ને પ્રાથમિક લઈ જવામાં આવ્યું, ત્યાં બી. એડ થયેલ શિક્ષકોની ભરતી કરવામાં આવી રહી છે, પણ એ કેવા બી. એડ થઈને આવે છે. PTC કૉલેજ જેવી જ સ્થિતિ બી. એડ કૉલેજની છે. જ્યાં સુધી ગ્રાન્ટેડ અને સરકારી બી. એડ કૉલેજ હતી ત્યાં સુધી સાચા અર્થમાં કહીએ તેવી તાલીમ

કૉલેજમાં આપવામાં આવતી હતી. ભલે એક વર્ષની બી. એડ કૉલેજ હતી પણ એક વર્ષમાં ખૂબજ સારી શિક્ષક બનાવવામાં આવતો હતો. વળી એવી કેટલીય ખૂબજ નામાંકિત કૉલેજમાં બી. એડ થયા હોય તો કોઈ પણ મંડળ તેને નોકરી રાખી દેતાં. મોડાસા જેવી ડૉ. દાઉદભાઈ ઘાંચી જેવા પ્રિન્સિપાલ તૈયાર કરેલો શિક્ષક ક્યાંય પાછો ન પડે. તે સમયે તે કૉલેજની છાપ હતી. એક સંપૂર્ણ શિક્ષક બનવાની તાલીમ તે કૉલેજમાં આપવામાં આવતી. પ્રાર્થનાથી માંડીને બીજી એવી અનેક શૈક્ષણિક પ્રવૃત્તિઓ કરાવવામાં આવતી જેથી એક સારો શિક્ષક તૈયાર થાય. પાઠ આયોજન, બ્લૉક ટીચિંગ, વાંચન,લેખન પ્રાર્થના પ્રવચન, ગીત સંગીત, બુલેટિન બોર્ડનું કામ, વર્ગ સુશોભિત કરવા, શિક્ષકનો પહેરવેશ, નિયમિતતા આવા અનેક પાસાઓ ને ધ્યાનમાં રાખીને એક સાચા અર્થમાં શિક્ષક ને જરૂરી તાલીમ આપવામાં આવતી, પરંતુ આજે પરિસ્થિતિ ખૂબજ ખરાબ કહી શકાય.

કૉલેજમાં એક પણ દિવસ હાજરી આપ્યા વગર માત્ર પરીક્ષામાં પાસ થયેલા બી. એડ તાલીમાર્થીઓ. શિક્ષક બની જાય છે. કોઈ પ્રેક્ટિકલ પાઠ આપ્યા ન હોય, કોઈ પદ્ધતિ ની ખબર ના હોય, તેમને બોર્ડમાં લખતા કે તેની ઉપયોગિતા કેવી રીતે કરવી આવી અનેક બાબતોની તાલીમ મેળવ્યો વગર માત્ર યુનિવર્સિટીમાં પરિક્ષા પાસ કરીને શિક્ષકો TET અને TAT પરીક્ષા પાસ થયેલા શિક્ષકો આજે આપણી પ્રાથમિક અને માધ્યમિક શાળાઓમાં કામ કરી રહ્યા છે. ચાલે છે આ બધું... શું સરકારમાં આ અંગેની

જાણકારી નથી? શું શિક્ષણમંત્રી ને આની જાણકારી ના હશે? આજે આપણી આ તમામ શિક્ષક તાલીમી કૉલેજ નિષ્ફળ ગઈ છે તેમ કહી શકાય. આવી કૉલેજોને તાળા મારી દેવા જોઈએ. જ્યાં સુધી આપણે એક સારા શિક્ષકો તૈયાર નહીં કરીએ ત્યાં સુધી શિક્ષણ માં ગુણવત્તા આવશે જ નહીં. જ્યાં સુધી શિક્ષક સુસજ્જ ના હોય, તેની પાસે જ્ઞાન કે આવડત ના, તેનામાં નિષ્ઠા, નિયમિતતા, ફરજ પાલન, વ્યવસાય પ્રત્યેની નિષ્ઠા ના હોય ત્યાં સુધી કોઈ પણ શિક્ષણ નીતિ લાવવામાં આવશે તો પણ ગુણવત્તા નહીં.

સૌથી અગત્યનું તો શિક્ષક તાલીમી કૉલેજની ગુણવત્તા સુધારવી રહી. તાલીમ એટલી બધી પારદર્શક અને સખ્ત હોવી જોઈએ કે એક કે બે વર્ષ દરમ્યાન એક સાચો શિક્ષક તૈયાર થઈને બહાર આવે અને તે સર્વ ગુણ સંપન્ન બને, જેવી રીતે એક સૈનિક રાષ્ટ્રને પ્રથમ પસંદગી આપે છે તેમ શિક્ષક પણ સુસજ્જ હોય અને શિક્ષણને વરેલા હોય તેવા શિક્ષકો જો શાળામાં કામ કરશે તો શિક્ષક રાષ્ટ્ર નિર્માતા બનીને એક મજબૂત રાષ્ટ્ર અને ભારતને સુપર પાવર બનાવી શકીશું.

આવો આપણું એક કદમ આપણા દેશ ને સુપર પાવર બનાવવા માટે મુકીએ અને શિક્ષક હોવાનું ગૌરવ લઈએ.

3. કેળવણી મંડળો કે કેળવણી બિલ્ડરો

કેળવણીને એક વિશાળ પરિપ્રેક્ષમાં જોવામાં આવે તો કહી શકાય કે જ્યાં કેળવવાની અગ્રિમતા હોય. આમ તો જોઈએ તો મહાન શિક્ષણકાર આ બાબતે પોતાના વિચારો વ્યક્ત કર્યા છે. પરંતુ સૌનો એક મત એ છે માનવ કેન્દ્રમાં રાખીને તેનો એક ચોક્કસ પ્રકારનો આકાર શિક્ષણ આપીને કરવો. માનવ ઈતિહાસ અને સંસ્કૃતિ બાબતે આપણે સૌ કોઈ અવગત છીએ કે પહેલાં આપણા પૂર્વજો કેવી રીતે જીવન જીવતા હતા. પણ સમય સાથે જરૂરિયાતમાં બદલાવ આવ્યો તેમ તેમ તેને નવી નવી શોધો અને જ્ઞાન મેળવવું આવશ્યક લાગ્યું. તેણે તેના જીવનને કેળવવાની જરૂરિયાત લાગી. સાથે રહેતા શીખ્યો અને એકબીજાને મદદ અને જે કઈ જાણતો હોય તે અન્યને શીખવવાં લાગ્યો. તેનામાં એક નવો ભાવ પ્રગટ થયો.

ધીમે ધીમે સંગઠિત બન્યો જેના કારણે આજે આપણે જોઈ શકીએ છીએ કે તે વિવિધ સંગઠનો દ્વારા એક માનવને કેન્દ્રમાં રાખીને વિવિધ સામાજિક સેવાકીય પ્રવૃત્તિ કરે છે. અહીં આપણે શિક્ષણ કે કેળવણીના સંદર્ભે વિચાર કરીએ તો આઝાદી પહેલાં અને પછીની શૈક્ષણિક સ્થિતિ ખૂબજ બદલી રહી છે. આઝાદી પહેલાં અક્ષરજ્ઞાન પણ ખૂબ ઓછું હતું. કૃષિ સાથે સંકળાયેલા લોકો ને કઈ શિક્ષણની જરૂરિયાત લાગતી નહીં એટલે શિક્ષણ મેળવવા માટે કોઈ ખાસ પ્રયાસ કર્યો ન હતો, આઝાદી પહેલાં અને તેનાથી પણ અગાઉ

શિક્ષણની ખૂબજ ઓછી વ્યવસ્થા હતી. અંગ્રેજ શાસન દરમિયાન તેને થોડો વેગ આપ્યો પરંતુ ત્યાંની શૈક્ષણિક વ્યવસ્થાને ઠોકી બેસાડવામાં આવી nજેની અસર આજે પણ આપણાં દેશમાં જોવા મળે છે. કેટલીક સારી બાબતો પણ જોવા મળે છે. કન્વેન્ટ સ્કૂલ, ઝેવિયર્સ સ્કૂલ તેમજ મિશનરી સ્કૂલ આજે પણ આપણે જોઈ શકીએ છીએ, તેની સામે આપણી શિક્ષણ વ્યવસ્થા આશ્રમ શાળાઓ, ગુરુકુળ મદ્રેસાઓ પણ અસ્તિત્વમાં હતા. 1947 પછી એક ચોક્કસ માળખાકીય સુવિધાઓ ઉભી કરવામાં આવી જે આપણાં દેશમાં એક મોટો પડકાર હતો. આટલા મોટા વિશાળ દેશમાં ગામે ગામ શાળાઓ ખોલવી એ કોઈ સામાન્ય બાબત નહોતી, તેમ છતાં શિક્ષણની આવશ્યકતાને ધ્યાનમાં રાખીને લોકો આગળ આવ્યા, સરકારની શિક્ષણની જે નીતિ હતી તે મુજબ લોક ભાગીદારી દ્વારા વિવિધ કેળવણી મંડળોની રચનાઓ કરવામાં આવી. પ્રાથમિક શિક્ષણની જવાબદારી સરકારશ્રી એ સંભાળી પરંતુ માધ્યમિક શિક્ષણ સ્થાનિક કેળવણી મંડળ રચનાઓ કરવામાં આવ્યા જે આજે પણ અસ્તિત્વમાં છે, પરંતુ જે ધ્યેય સાથે સ્થાપવામાં આવ્યાં હતાં તે તમામ બાબતે બદલાવ જોવા મળે છે. સ્થાનિક લોકો એકઠા થઇને કેળવણી મંડળ સંચાલિત શાળાઓ ખોલવામાં આવી. શરૂઆતમાં તો મંડળ દ્વારા જેતે કર્મચારી કે શિક્ષકોને પગાર આપવામાં આવતા હતા. તે સમયે આજે જે કઈ વ્યવસ્થા છે તેવી ન હતી, પગાર પણ એટલા બધા ઊંચા પણ ન હતા 100 થી 200 રૂપિયા પગાર આપવામાં આવતો, પણ 100 રૂપિયા ક્યાં હતા તે સમયે? આર્થિક સુખી માણસો આમાં સહયોગ આપીને આજે

આપણે જોઈ શકીએ છીએ કે ગામે ગામ આવા અનેક કેળવણી મંડળ સ્થાપ્યા છે. હિંમત કેળવણી મંડળ, તલોદ કેળવણી મંડળ, મોડાસા કેળવણી મંડળ, પ્રાંતિજ કેળવણી મંડળ આવા અનેક મંડળો દ્વારા શાળાઓ શરૂ કરવામાં આવી. સંચાલક મંડળ તે સમયે શિક્ષકોની ભરતી પ્રક્રિયા હાથ ધરતી, સામાન્ય સ્નાતક હોય તો બોલાવી દેતાં, તે સમયે બી. એડ થયેલા ઉમેદવારો મળતા ન હતા અને તેમાં ગામડાની શાળાઓમાં તો કોઈ આવવાં તૈયાર થાય તેમ છતાં તે સમયના મંડળના માણસો ખૂબ સારી રીતે શાળાઓ ચલાવી હતી, પોતે ઓછું ભણેલા હતા પણ નિષ્ઠા અને સમાજ ગામના બાળકોને શિક્ષણ આપવાની ભાવના ખૂબજ ઊંચી હતી જે આજે જોવા મળતી નથી. સમાજ અને ગામમાંથી લોકો પાસેથી દાન એકઠું કરીને શાળાઓના ભવ્ય મકાનો ઊભા કર્યા છે, કોઈ વ્યક્તિના નામે દાન લઈને શાળાનું નામ પણ તેમના નામ સાથે જોડીને આજે અનેક શૈક્ષણિક સંસ્થાઓ આપણે જોઈ શકીએ છીએ. સામાજિક જાગૃતિ આવી જેના કારણે લોકો સામેથી લાખો રૂપિયા દાન આપવા લાગ્યા. આજે જે કોઈ વિશાળ શાળા અને કૉલેજ બિલ્ડિંગ દેખાય છે તે શિક્ષણમાં દાન આપવાની ભાવનાને કારણે છે.

સમય બદલાતો ગયો સરકાર દ્વારા પણ માધ્યમિક શાળાઓને આર્થિક સહયોગ આપીને એક ઉમદા કાર્ય કર્યું. શિક્ષકોના પગાર તેમજ સંચાલક મંડળને નિભાવ ગ્રાન્ટ ફાળવવામાં આવી જેના કારણે કેટલીક બાબતે રાહત થઈ. વિવિધ શિક્ષણ પંચ રચીને

સરકાર એ બાબતે ખૂબજ હકારાત્મક અભિગમ અપનાવ્યો અને માધ્યમિક શિક્ષણ બોર્ડની રચના કરવામાં આવી, જેના કારણે શિક્ષણમાં નવીન પ્રાણ ફૂંકાયો. એક સમયે એવો આવ્યો કે મંડળ સંચાલિત માધ્યમિક શાળાઓ ખૂબજ સારી રીતે કામ કરવા લાગી શાળાઓ ધમધમતી થઈ ગઈ, કેટલીક શાળા ઓ નામાંકિત બની ગઈ. શિક્ષણની ગુણવત્તા પર ભાર મૂકવામાં આવ્યો. કેળવણી એજ લક્ષ. વિવિધ પ્રકારની પ્રવૃત્તિઓ ખેલકૂદ, સાંસ્કૃતિક પ્રવૃત્તિઓ, શ્રમકાર્ય વિવિધ શિબિર બાળકોનો વાસ્તવમાં સર્વાંગી વિકાસ થાય તે માટેના પ્રયાસો નિષ્ઠાપૂર્વક કરવામાં આવ્યા. ભરતી કરવાની સત્તા મંડળ પાસે હોવાથી સારા શિક્ષકોને નિમણૂક આપીને શાળાની શૈક્ષણિક ગુણવત્તા વધી, તે સમયે કોઈ સગાંવાદ કે કોઈ ગેરકાનૂની આર્થિક વ્યવહાર નહોતો, ખૂબજ ઉમદા સમયગાળો શિક્ષણનો કહી શકાય. મંડળમાં જવાબદારી સંભાળતા સભ્યોની નિષ્ઠાને હું સેલ્યૂટ કરું છું, દોસ્તો એ સમયે જે કોઈ વડીલોએ શૈક્ષણિક મંડળો રચીને જે શૈક્ષણિક સંસ્થાઓની સ્થાપના કરી છે તેમને હું ખૂબજ દીર્ધદ્રષ્ટિવાળા મહા માનવ કહું છું.

જે લોકોએ તે સમય જોયો છે અને તે સમયની શાળાઓમાં અભ્યાસ કર્યો છે તેમને પૂછો? કે ઓછું ભણેલા માણસો કેટલી ઊંચી નિષ્ઠા અને ઉમદા ભાવનાથી શાળાઓ ચલાવતાં હતા. આજે તો કઈ કહેવા જેવું નથી. ધીમે ધીમે શાળાઓમાં પણ સગાંવાદ, જ્ઞાતિ જાતિવાદ આવા અનેક દૂષણો આવી ગયા. શિક્ષણનું જે થવું હોય તે થાય. સરકારો બદલાઈ તેમ તેમ શિક્ષણમાં બદલાવ

આવ્યો. સરકારનો વધુ પડતો હસ્તક્ષેપ માધ્યમિક શાળાઓની સ્થિતિ કથળતી ગઈ. સંચાલક મંડળો દ્વારા ભરતીમાં આર્થિક વહેવાર ડોનેશનના નામે લેવા લાગ્યા, લાખો રૂપિયાનો વ્યવહાર થવા લાગ્યો, શિક્ષણ ભ્રષ્ટાચારનું કેન્દ્ર બની ગયું, તમામ પ્રકારની ગેરરીતિઓ આચરવામાં આવી પછી ભરતી હોય કે જાહેર પરીક્ષાઓ હોય. આ પવિત્ર અને પાવન શૈક્ષણિક સંસ્થાઓ અપવિત્ર બની ગઈ. ન બનવાની ઘટનાઓ શાળાઓમાં બનવા લાગી, સરકારે શિક્ષણાધિકારી કચેરી ના પ્રતિનિધિને નિમણૂક સમિતિમાં સમાવેશ કરવામાં આવ્યો, તો વળી બોર્ડના સભ્યોને પણ નિમણૂક સમિતિમાં સમાવેશ કરવામાં આવ્યો તો તે પણ નિષ્ફળ ગયો મોટો ભ્રષ્ટાચાર ચાલુ થયો. બોર્ડના સભ્યો પણ ભ્રષ્ટાચારમાં મંડળો સાથે મળીને રીતસરનો ભ્રષ્ટાચાર આચરવામાં આવ્યો. ખુલ્લેઆમ પૈસાનો વ્યવહાર કરવામાં આવ્યો. મંડળોને પણ જોઈતું હતું તેવું મળી ગયું જુના માણસો કે જેમણે આ સંસ્થાઓ ઊભી કરી હતી તેવા લોકોને હટાવીને ગામના લે ભાગુ માણસો મંડળનો કબ્જો જમાવી દીધો અને પછી તો આજે સ્થિતિ ખૂબજ ખરાબ કહી શકાય તેવી છે. ગ્રાન્ટેડ શાળાઓના મકાનો કે તે સમયના લોકોએ દાન એકત્ર કરીને બનાવ્યા હતા તેનું રીપેરીંગ કે રંગરોગાન કરવાના પૈસા નથી, સરકારી ગ્રાન્ટ આવે છે તેમાં પણ ભાગ માગે છે, મકાન ભાડાના પૈસા પણ તેઓ ખોટા બીલ મૂકીને ખોટા ખર્ચાઓ બતાવીને ભ્રષ્ટાચાર આચરવામાં આવી રહ્યો છે.

આજે ગ્રાન્ટેડ શાળાઓની સ્થિતિ ખરાબ બનતી જાય છે. મંડળો ના ઝઘડા કોર્ટ કેસ, ચેરિટી કમિશનર માં ચાલતા વિવિધ સભ્યની નોંધણી ના કેસની, કર્મચારીઓની અનિયમિત ભરતી, આચાર્યની ખાલી જગ્યા ગ્રાન્ટની અનિયમિતતા, દાતાઓ દ્વારા જે ભૂતકાળમાં દાન આપતા હતા તે ગેરવહીવટ ના કારણે આર્થિક તંગી આવી અનેક સમસ્યાઓનો સામનો આજે ગ્રાન્ટેડ શાળાઓ કરી રહી છે. છેલ્લા ત્રણ દાયકાથી સરકારશ્રી ગ્રાન્ટેડ શાળાઓની સામે સ્વનિર્ભર શાળાઓની મંજૂરી આપી ને શિક્ષણ રીતસરનો ધંધો બનાવી દીધો છે. કોઈ જ મર્યાદાઓ રહી નથી માત્ર શિક્ષણમાં પૈસો કમાઈ લેવાની ભાવના સાથે આજે મોટા મોટા શૈક્ષણિક સંકુલ સ્થાપવામાં આવ્યાં છે. કેળવણી મંડળ ને બદલે કેળવણી બિલ્ડર આવી ગયા છે. જે લોકોને શિક્ષણમાં કોઈ જ રસ ના હોય તેવા લોકો પૈસાના કારણે આવી સંસ્થાઓ સ્થાપીને શિક્ષણને અપવિત્ર બનાવી દીધું છે. ઊંચી ઊંચી ફી લઈને લાયકાત ધરાવતા ન હોય તેવા શિક્ષકો દ્વાર શિક્ષણ આપવામાં આવી રહ્યું છે. એકબાજુ ગ્રાન્ટેડ શાળાઓમાં કોઈ જ રસ રહ્યો નથી, ઊંચા પગાર આપીને પણ શિક્ષણની ગુણવત્તા રહી નથી, કરોડો રૂપિયાના ખર્ચાઓ છતાં પરિણામ શૂન્ય છે. રામ ભરોસે ચાલતી શાળાઓ, બાળકોનું ભવિષ્ય ધૂંધળું ચિત્ર દેખાય છે. શૈક્ષણિક સંસ્થાઓ પર સરકારનો કોઈ જ અંકુશ નથી કર્મચારીની અનિયમિતતા, સરકારની નીતિ શિક્ષણ સિવાયના કામો, પરીક્ષામાં ચોરીઓ બદલાતા વારંવાર અભ્યાસક્રમ, પાઠયપુસ્તકો સ્થાનિક સંચાલક મંડળોની સત્તાઓ, સરકાર દ્વારા કરવામાં આવતું ખામીયુક્ત નિરીક્ષણ વધુ પડતી શાળાઓ પાસે

માગવામાં આવતી માહિતી કે જે બિનઉપયોગી અને બિન ઉત્પાદક છે. લાંબા ગાળાની શિક્ષણની નીતિ તેમજ શિક્ષકનું રાષ્ટ્રિયકરણ કરવાને બદલે રાજકીયકરણ કરવામાં આવી ગયું છે. શાળાઓમાં કામ કરતા કર્મચારીઓ કોઈ રાજકીય પક્ષ સાથેની સાંઠગાંઠ આવા અનેક પરિબળોને કારણે આજે શિક્ષણ ખાડે જઈ રહ્યું છે.

શું સરકાર આ બાબતોથી અજાણ હશે? સરકારમાં સત્તા સ્થાને બેઠેલાં લોકોના બાળકો શાળામાં અભ્યાસ માટે જતા ના હશે? શિક્ષણ મંત્રી, સચિવ, નિયામક, કે અન્ય અધિકારીઓ શું આનાથી અવગત નથી એવું લાગે છે.......? એક ચિંતા અને ચિંતન માંગી લે તેવી બાબત છે. એક સમય મંડળ સંચાલિત શાળાઓની બોલબાલા હતી, મંડળ શાળાના આચાર્યનો પ્રભાવ, શાળાના શિક્ષકોનો દબદબો, શાળાઓ જીવંત લાગે, સાંજ પડે તો મેદાનમાં વિદ્યાર્થીઓ વિવિધ રમતો રમતા હોય, યુવક મહોત્સવ, શાળાની પ્રાર્થનાઓ થાય તો ત્યાંથી પસાર થઈએ તો મધુર સંગીત સાથે ગવાતી પ્રાર્થનાઓ સાંભળવા મળે, આજે ચીલાચાલુ કેસેટ કે મોબાઇલ વગાડીને સંતોષ. કેળવણી મંડળ હવે નથી રહ્યા પણ કેળવણી બિલ્ડર બની ગયા છે, શિક્ષણકાર તેમજ સમાજનાં શુભચિંતક આ દિશામાં વિચારીને સ્થાનિક લોકોને આ જવાબદારી પુનઃ સ્થાપિત કરીને શિક્ષણની ગુણવત્તા સુધારવાની ખાસ જરૂર છે નહિતર આવતી કાલ આપણી અંધકારમય બની જશે.

4. ગુરુ અને શિષ્ય, શિક્ષક અને વિદ્યાર્થી અને Teacher and student ની કાલ, આજ અને આવતી કાલ કેવી...

ગુરુ શિષ્ય વચ્ચેના સંબંધો, ગુરુનો મહિમા,અગત્યતા તેનું સ્થાન, તેનું જ્ઞાન, તેની ઉપાસના, તેના આદર્શ,સિદ્ધાંતો,તેની જીવન શૈલી, તેનો સામાજિક વ્યવહાર,તેના વિચારો તેનું ચિંતન અને મનન,તેની મહેનત, તેનામાં રહેલી ન્યાય પ્રણાલી, સૌની સાથે સમભાવ, દરેકને માન સન્માન,દરેક ધર્મને આદર, દરેક જ્ઞાતિ જાતિ સાથેનો એકસરખો વ્યવહાર આવી અનેક બાબતો જેનામાં ઠસોઠસ ભરેલી હતી, તેની વાણી અને વર્તનમાં કોઈ જ ફાસલો ન હતો, દરેકને એક જ દ્રષ્ટિકોણથી જોતો હતો તે વ્યક્તિ ગુરુજીના ઊંચા સિંહાસન પર બેસવાને લાયક બન્યો એટલે તો તેને કહ્યો.... ગુરુ બ્રહ્મા, ગુરૂ વિષ્ણુ, ગુરૂ દેવો મહેશ્વર. જેને આટલો ઉચ્ચ દરજ્જો આપવામાં આવ્યો હોય તેવો જો કોઈ વ્યક્તિ હોય તો તે માત્રને માત્ર એક ગુરુ, શિક્ષક અને ટીચર. આવા ગુણો ધરાવનાર વ્યક્તિ બ્રહ્મા, વિષ્ણુ અને મહેશ પણ છે. આવા ગુરુની કાલ ખૂબજ આદરણીય હતી, સન્માનિય હતી, લોકો અને ખાસ કરીને તેમના શિષ્યો તેમજ જે તેમને જુએ તો તેમનો આદર કરતા હતા. રસ્તામાં કે કોઈ જગ્યાએ ગુરુ ભેટી જાય તો બે હાથ જોડીને ચરણસ્પર્શ કરવાનું શિષ્ય ભૂલતો ન હતો, ગુરુના આશીર્વાદમાં

એટલી બધી શ્રદ્ધા હતી કે દૂર દૂરથી તેમને મુલાકાત માટે આવતા. આપણે જો ઈતિહાસ જોઈશું તો ખબર પડે કે ભલે રાજા કે મહારાજા હોય પણ ગુરુનું સ્થાન ઊંચું હતું. ગુરુદક્ષિણાનો પણ મહિમા હતો,શિષ્યને જોઈ તેના ગુરુની પરખ કરી શકાતી કે જો શિષ્ય આટલો જ્ઞાની હોય તો તેના ગુરુ કેવો હશે?ગુરુ દરેક પ્રકાર ના દૂષણોથી દૂર હતો. ગુરુકુળ વ્યવસ્થામાં આપણે જાણવા પ્રયાસ કરીએ અથવા તે સમયના મદરેસામાં અપાતી તાલીમ કેટલી બધી ઉમદા હતી. બંને પક્ષે ગુરુ અને શિષ્ય વચ્ચેનો સંબંધ ખૂબજ અતૂટ વિશ્વાસ ભરેલો અને પવિત્ર હતો. વિશ્વ ઈતિહાસનો આપણે અભ્યાસ કરીએ તો ગુરુ અને શિષ્ય વચ્ચેના સંબંધો ખ્યાલ આવે. આઠ થી દસ દાયકા પહેલાંનો જો આપણે જાણવા પ્રયાસ તો પણ આપણને શિક્ષકનો દરજ્જો કેટલો ઊંચો હતો તે ખબર પડે. સમાજમાં તેનું સ્થાન ખૂબજ ઊંચું હતું. તે સમયે સૌથી શિક્ષિત અને જાગૃત નાગરિક તરીકે ઓળખાતો હતો. સમાજમાં કે ગામમાં કોઈ સમસ્યા ઉદભવે તો તેનો ન્યાય શિક્ષક કરતો. કોઈ સરકારી પત્ર કે કોઈ બાબત હોય તો જે તે ગામના શિક્ષકને બોલાવીને વંચાવવામાં આવતો અને તે કહે તે બાબત પર ભરોસો રાખતા. શિક્ષકને સામાજિક માન મોભો જાળવવામાં આવતો. તેના તમામ કામ તેમના વિદ્યાર્થીઓ કરતા હતા. જેને ગુરુ સેવા કહેવાતી. તેમના કામમાં મદદ કરવી, તેમના માટે જમવા બનાવવું, તેમના કપડા ધોવા આવા અનેક ઘર કામની અંદર વિદ્યાર્થીઓ મદદ કરતા. મને પણ યાદ છે કે મારા શાળા જીવન દરમ્યાન અમે અમારા શિક્ષકોને મદદ કરેલી. ખેતીમાં કોઈ શાકભાજી કે

અનાજ,ઘી દૂધ પણ અમે તે આપવા માટે જતા જેનું કોઈ જ વળતર પેટે લેતા ન હતા, પણ અમને તેના બદલામાં જ્ઞાન આપતા. શિક્ષકોનો વિદ્યાર્થીઓ પર એવો પ્રભાવ કે ડર લાગે, ગામમાં નીકળે તો સંતાઈ જવું પડે, ઘરની મુલાકાતે આવે અને બોલાવે તો જાણે કોઈ કોર્ટમાં રજુ કર્યા હોય તેવું લાગે અદબ વાળીને ઊભા રહેવું પડે, અમારા માતાપિતા પણ તેમને માનથી બોલાવે, માસ્તર સાહેબ, ગુરુજી, સાહેબ આવા શબ્દો અને તે જે કઈ કહે તે માનીલે, શિક્ષક નો હુકમ એટલે આખરી, કોઈ દલીલ નહીં, શાળામાં અભ્યાસ પણ એટલો જ સખ્તાઈ હોય,નિશાળે ના ગયા હોય તો બીજા વિદ્યાર્થીઓ લેવા માટે આવે અને ત્યાં દરવાજે સોટી લઈને ઊભા હોય તો પડે પણ ખરી, વાલીઓ કોઈ ફરિયાદ ના કરે, શિસ્ત એટલું ઊંચું કે જે જીવનમાં ખૂબજ ઉપયોગી જે આજે આપણને જોવા મળતું નથી. કાન બુટ્ટી પકડીને ફેરવે, ઊંધા પાડીને પીઠ પર પથ્થર મૂકે, જો પડી જાય તો શિક્ષા કરવામાં આવે. જોડણી, પલાખાં બાબતે ખૂબ તૈયારી કરાવે. સ્વચ્છતા અને આરોગ્યની, નિયમિત શાળાએ આવવાનો આગ્રહ, ગૃહકાર્ય આવી તમામ બાબતો, રૂમ સફાઈ અને મેદાન સફાઈ તેમજ ગામ સફાઈ માટે શિક્ષકો જાતે જોડાઈને વિદ્યાર્થીઓ સાથે કામ કરતા હતા.

દેશની આઝાદી પહેલાં અને બાદ ધીમે ધીમે બદલાવ આવવાં લાગ્યો, શાળા, સમાજ, શિક્ષક, વિદ્યાર્થીઓ અને વાલીઓ વચ્ચેના સંબંધોમાં જબરદસ્ત બદલાવ જોવા મળ્યો. શહેરમાં શિક્ષકો અને વિદ્યાર્થીઓ વચ્ચેના સંબંધો અર્થોપાર્જન બની ગયા. અનેક બદીઓ

પ્રવેશી ગઈ, જ્ઞાન આપલે ને બદલે પગાર ઉપરાંત ટ્યૂશન આવી ગયા. શિક્ષકો અને વિદ્યાર્થીઓ વચ્ચેની મર્યાદાઓ તૂટવા લાગી. શિક્ષકો પૈસા પાછળ આંધળી દોટ મૂકી ને શિક્ષણ જેવા વ્યવસાયને અપવિત્ર બનાવી દીધો તેનું સામાજિક સ્ટેટસ ઘટવા લાગ્યો. શાળામાં તેની મહેનત ઓછી થવા લાગી ટ્યૂશન ક્લાસમાં રસ લેવા લાગ્યો ટ્યૂશનની હાટડીઓ ધમધમી ઊઠી, માત્ર પૈસાને ધ્યાનમાં રાખીને કામ કરતો થયો. મને યાદ છે કે હું જ્યારે 1982 માં પંચાલ હાઇસ્કૂલમાં શિક્ષક તરીકે નોકરી જોડાયો ત્યારે મેં જે મારા વિદ્યાર્થીકાળમાં મારા શિક્ષકોનું કામ કરેલ તેવું જ કામ મારા તે સમયના વિદ્યાર્થીઓ કર્યું જે મને મારા કામનો બદલો મળી ગયો, મને એમ થયું કે મેં મારા ગુરુનું કામ કર્યું હતું તેનું વળતર મળી ગયું. ગામડાઓમાં હજુ શિક્ષકોને માનની નજરે જોવામાં આવે છે, પણ હવે ધીમે ધીમે ઓટ આવતી જાય છે.... તેના માટે અનેક પરિબળો જવાબદાર છે. શિક્ષકો અને વિદ્યાર્થીઓ વચ્ચે મોટી ગેપ ઉભી થતી જાય છે.

જે વિદ્યાર્થીઓ બે હાથ જોડીને શિક્ષકને ચરણસ્પર્શ કરતા હતા તે આજે જોવા ઓછું મળે છે. બાજુમાં થઈને પસાર થઈ જાય પણ નજર અંદાજ કરીને ચાલ્યો જાય છે. જે મર્યાદાઓ હતી તે ધીમે ધીમે ઓછી થતી જાય છે. આજની તારીખમાં આપણે શાળા કૉલેજોમાં બનતી ઘટનાઓ આપણે સમજી શકીએ છીએ. શાળા કૉલેજોમાં જે અશિસ્ત જોવા મળે છે તે શિક્ષકો અને વિદ્યાર્થીઓ વચ્ચે ભાવ અને પ્રભાવ ઓછો દેખાય છે.

આવતી કાલ અતિ આધુનિક યુગમાં આ બંને વચ્ચે ના સંબંધો યંત્રવત્ બની જશે. આ ડિજિટલ યુગમાં સંબંધો પણ ડિજિટલ. હલ્લો, હાય,..... જેવા નિરસ અને નીસપ્રાણ બની જશે. કૃત્રિમ વ્યવહાર, "Give and take. Pay and get, Money centered" Digital class, ઓનલાઇન, શિક્ષકો વગરના ક્લાસ રૂમ, ઇન્ટરનેટનો ઉપયોગ, સ્માર્ટ ક્લાસ, YouTube, તેમજ તૈયાર ઓનલાઇન ટીચર, બધું જ ready-made રૉબોટ, લાગણી વિહીન, dull, નિર્જીવ, એકદમ શાંત, કોઈ જ કલાબલ નહીં, કોઈ સામાજિક વ્યવહાર નહીં, માત્ર આપલે ની ભાવના સાથે એકબીજાને મળીને આર્થિક વ્યવહાર કરીને જ્ઞાન પ્રાપ્ત કરવાનો યુગ આવે તો નવાઈ નહીં. ડિસ્ટન્સ એજ્યુકેશન શું છે? વિશ્વ એ વર્ગ ખંડમાં પરિવર્તિત થઈ જશે. જ્ઞાનની કોઈ સીમા નહીં હોય. અનેક જ્ઞાન મેળવવાના સ્ત્રોત જોવા મળશે. શિક્ષક નામનો રહી જશે. એક દિવસ એવો પણ આવશે કે વિદ્યાર્થીઓ એમ કહેશે કે આમની કોઈ જરૂર નથી. પણ..... તે શિક્ષણ કેવું હશે શિક્ષકો એટલે ગુરુ વિનાનું જ્ઞાન કેવું હશે? પુસ્તકો જોવામાં નહીં આવે. બાળકોને કદાચ બતાવવું પડે કે આ પુસ્તક છે. યંત્ર એટલે તેના હાથમાં મોબાઇલ ફોન અને તેનાથી આગળ વધીને નવા સાધનો આવી જશે. શિક્ષક લુપ્ત થઈ જશે. આને શિક્ષક કહેવાય તેવી ઓળખાણ આપવી પડે. આજે દિનપ્રતિદિન જોઈ શકીએ છીએ કે એક ગુરુ ક્યાં આવીને ઊભો છે. ગુરુ, સાહેબ, માસ્ટર, પંતૂજી, શિક્ષક, ટીચર, સર, બાલ ગુરુ, શિક્ષક સહાયક, પ્રવાસી શિક્ષક અને તે સિવાય અનેક નામ જોવા મળે છે પણ એ પણ લુપ્ત થઈ જશે તેવું લાગે છે. તો આવનાર સમય કેવો હશે તે

અંગેની તો કલ્પના કરવી રહી પણ ગુરુ અને શિષ્ય, શિક્ષક અને વિદ્યાર્થી વચ્ચેના સંબંધો એટલું તો ચોક્કસ કે જોખમ ઊભું થશે અને તેના માટે અનેક કારણો જવાબદાર હોય શકે.

5. ચાલો સેવા કાલીન તાલીમ દ્વારા શિક્ષકોને સજ્જતા મેળવીએ

"A teacher can never truly teach unless he is still learning himself."

જેવી રીતે એક દીવો સળગતો રહેતો નથી ત્યાં સુધી તે બીજા દીવાને પ્રગટાવી શકતો નથી. શીખવાની પ્રક્રિયા જીવનમાં સતત ચાલતી રહેવી જોઈએ તોજ જીવનનો સાચો આનંદ મળી શકે. જો શીખવાની પ્રક્રિયા થંભી જાય તો સમજવું કે આપણે મૃત અવસ્થામાં આવી ગયા. જ્યાં સુધી કોઈ ઝરણું કે નદી વહેતી રહે છે ત્યાં સુધી તેનું પાણી આપણને સ્વચ્છ અને ઉપયોગી લાગે છે અને જો સ્થગિત થઈ જાય તો ગંધાઇ જાય તેવું જ આપણને લાગુ પડે છે. તે બાબત શિક્ષકને ખૂબજ સ્પર્શે છે, શિક્ષણમાં પણ સમયાંતરે ક્રમશઃ બદલાવ આવતો હોય છે તો તે મુજબ શિક્ષકના જ્ઞાનમાં અને તેની પદ્ધતિઓમાં બદલાવ આવવો જ જોઈએ. તે 10 કે 15 વર્ષ પહેલાં સ્નાતક કે બી. એડ અથવા PTC થયો હોય અને એ સમયે જે કઈ શીખ્યા હોય તે જ પુસ્તકો અને પધ્ધતિ લઈને વર્ગમાં જાય તો શું આજના સમયમાં વિદ્યાર્થીઓ તેને સ્વીકારે ખરા?

શિક્ષક એક સમાજનું અતિ ઉપયોગી અંગ છે. તે માર્ગદર્શક છે. તે વાહક છે. તે એક નિર્માતા છે. તેની પાસે આવનાર પેઢીઓને

ઘડવાની જવાબદારી છે. તે જેવો હશે તેવો સમાજ ઊભો કરી શકશે. "યથા રાજા તથા પ્રજા." નહીં પણ એટલું જરૂર કહી શકાય કે "યથા શિક્ષક તથા સમાજ." "Teacher should be a well informed and skilled individual." એકવીસમી સદીમાં આપણે શાળા કૉલેજોમાં આવતા વિદ્યાર્થીઓને બદલાતી આર્થિક સંસ્કૃતિમાં કેવા પ્રકારની શિક્ષણ વ્યવસ્થા ઉભી કરીને તેમના માટે કેવા શિક્ષકો દ્વારા આ કામ લેવાવું જોઈએ. શિક્ષણ એ અન્ય વ્યવસાય જેવું નથી. તે એક એવો વ્યવસાય છે કે જેમાં નિરંતર વ્યાવસાયિક અને વ્યક્તિગત સ્તરે સુધારાનો અવકાશ રહેલો છે. એક શિક્ષક તરીકે આપે પૂરતી તૈયારી અને સજ્જતા સાથે નવા પડકારો ઝીલવા માટે તૈયાર રહેવું પડશે. આપણે બદલાવવું પડશે. બીબાં ઢાળ ન ચાલીએ. રોજ નવીનતા તમારામાં આવવી જોઈએ. જે વ્યક્તિ પૂરતી માનસિક તૈયારી સાથે શિક્ષણના ક્ષેત્રમાં ઊતરે છે તેજ શિક્ષક નું વર્ગખંડ પર નિયંત્રણ હોય છે. બધાજ શિક્ષકો સફળતા પૂર્વક કામ પાર પાડી શકતા નથી.

જો શિક્ષકો અને વિદ્યાર્થીઓ વચ્ચે હકારાત્મક ભૂમિકા હોય તો જ વર્ગખંડને સ્વર્ગ બનાવી શકાય. તેના માટે શિક્ષક પાસે જરૂર છે આવડતની, તેની અધ્યાપન કાર્યની પદ્ધતિ અને પ્રયુક્તિઓની. સમયાંતરે શિક્ષકની ધાર. કાઢવાની જરૂર પડે અને તે તેના વ્યવસાયના સેવા કાલીન તાલીમ દ્વારા. શિક્ષકોએ તાલીમ સંદર્ભે હકારાત્મક અભિગમ અપનાવવો જોઈએ. તાલીમ લેવા ખાતર લેવી તે બરાબર નથી, એવું માનવાની કોઈ જરૂર નથી કે હવે મારે

કોઈ તાલીમની જરૂર નથી. " Every second is changing." તેની સાથે સાથે તમામ બાબતો બદલાઈ રહી છે તે આપણે સ્વીકાર કરીને આપણામાં જો બદલાવ નહીં લાવીએ તો આપણે આઉટ ઓફ ડેટ થઈ જઈશું. સતત બદલાતી શોધ માટે આપણે પુનઃ વિચારવાની જરૂર છે આપણી આસપાસ બદલાતા પ્રત્યાયન સાધનો, ટ્રાન્સપોર્ટેશન ના સાધનો, વિવિધ પ્રકારના નવીન સાધનો આવતા જાય છે અને તેમાં પણ સમયાંતરે નવા નવા વર્ઝન બહાર આવે છે, નવા મોડેલ અને તેમાં પણ એક આકર્ષક રીતે ડિસ્પ્લે કરવામાં આવે છે તો શિક્ષકોમાં પણ અપડેટ થવાની જરૂર છે. એવું કહેવું અતિશયોક્તિ નથી કે "Today's education model is out of date and needs to evolve into a more personalized model if we educators are going to take it to a new level." શિક્ષકનો વ્યવસાય એ સતત બદલાતી પ્રક્રિયા છે, જેમાં વ્યાવસાયિક વિકાસ જરૂરી છે. જો શિક્ષક વિકસિત બનશે તો જરૂર તેની સાથે વિદ્યાર્થીઓમાં પણ બદલાવ અને વિકાસ જોવા મળશે. "Great teachers help create great students. "

સેવાકાલીન તાલીમ દ્વારા શિક્ષકોના વ્યાવસાયિક વિકાસમાં ખૂબજ અગત્યનો ભાગ ભજવે છે. અને તે શાળા અને કોલેજોની શૈક્ષણિક ગુણવત્તામાં સુધારો લાવી શકે છે. સતત બદલાતા વર્ગખંડ અને તેની તમામ શૈક્ષણિક જરૂરિયાતો પૂરી અને સંતોષવાનું કામ શિક્ષકનું છે. શિક્ષકો વગરના વર્ગખંડની કલ્પના કરી ન શકાય, પણ જ્યારે જ્યારે એક સુસજ્જ શિક્ષક વર્ગખંડમાં ઊભો હોય તે સંપૂર્ણ તેના વિષય માટે સુસજ્જ હોય, તેની પાસે જ્ઞાન હોય,

પધ્ધતિ હોય, સાધનો હોય નવી ટેક્નોલૉજીથી સજ્જ હોય, તેનામાં ઉમંગ હોય, ઉત્સાહ હોય, તરવરાટ હોય, હસતો ચહેરો હોય, કંઈક વિદ્યાર્થીઓને નવીન જ્ઞાન આપવાની ઘેલછા ધરાવતો હોય તો જ વર્ગને જીવંત બનાવી શકાય, વિદ્યાર્થી દોડીને શાળાએ આવી જાય, "Teaching and learning is a joyous process." એક શિક્ષક ધારે તો શું નથી કરી શકતો, તે સમાજમાં અને રાષ્ટ્રમાં ક્રાંતિ સર્જી શકે છે. આવા અનેક ઉદાહરણ આપણે જોયા છે કે જેમણે આપણાં જીવનમાં પણ બદલાવ આવ્યો છે. એક શિક્ષક તરીકે આપણે બાળકોને કેવી રીતે હેન્ડલ કરવા માટે માહેર હોવો જોઈએ. તેને પરિસ્થિતિને કેવી રીતે હેન્ડલ કરવી તેની આવડત હોવી જોઈએ. તેની પાસે એક વિશાળ પરિપ્રેક્ષમાં રહીને નવીન શૈક્ષણિક ટેકનીક તેની પાસે હોવી જોઈએ. આંતરરાષ્ટ્રીય શૈક્ષણિક કમિશને સેવા કાલીન તાલીમની આવશ્યકતા પર ભાર મૂક્યો છે. જીવનમાં સતત શીખતાં રહેવું એ સમાજ માટે અતિ ઉપયોગી છે. સેવા કાલીન તાલીમ દ્વારા બી. એડ કે PTC તાલીમ દ્વારા રહેલી ઊણપ દૂર કરે છે. તેમજ શિક્ષકોમાં સ્કીલ બિલ્ડ અપ કરે છે. તેના આત્મવિશ્વાસ માં વધારો કરે છે. "Qualitative assessment of self is very essential." નવી શિક્ષણ નીતિ, New pedagogy emerging technology tools for classroom.સેવા કાલીન તાલીમ શિક્ષકને અસરકારક રીતે બદલે છે. તેનો વ્યાવસાયિક વિકાસ કરે છે. તેવી નવી બાબતો શીખે છે, તેના વિચારોની આપલે દ્વારા તેનામાં પડેલું જ્ઞાન શેર કરીને તેનું અપડેશન કરે છે. તેનાથી શિક્ષણમાં સતત બદલાવ લાવી શકે છે. સમગ્ર શિક્ષણ વ્યવસ્થામાં સુધારો દેખાય

છે તેના વ્યવસાયને સુદ્દઢ કરે છે. આત્મવિશ્વાસ જાગે છે, નવીન દિશામાં વિચારતો થાય છે. પ્રયોગશીલ બને છે. સતત તેની ચિંતા અને ચિંતન કરતો થાય છે. એક બાબતને અનેક દ્રષ્ટિકોણથી જુએ છે. તે અલગ તરી આવે છે.

જો આપણે જો સેવાકાલીન તાલીમ આપવી હોય તો સ્થાનિક સ્થિતિને ધ્યાનમાં રાખીને ને ભવિષ્યની બાબતો પર ધ્યાન કેન્દ્રિત કરીને તાલીમી વ્યવસ્થા ગોઠવવી જોઈએ જેથી શિક્ષકની અપડેટ થાય અને શિક્ષકોમાં સજ્જતા લાવી શકાય.

6. એક સારા શિક્ષક કેવી રીતે થઈ શકાય?

Am I a good teacher.? How do I become a good teacher ?
Yes, You are. Why not.
You are very close to be the best teacher.

હા, તમે એક સારા શિક્ષક બની શકો. કેમ નહીં? તમારામાં તમામ શક્તિ અને આવડત છે અને તમે એક શ્રેષ્ઠ શિક્ષક બનવા માટેના તમામ ગુણો ધરાવો છો. તમે એક શ્રેષ્ઠ અને ઉત્તમ શિક્ષક બનવા માટેના બિંદુ નજીક છો પણ......! ધ્યાન રાખો એક શિક્ષક બનવું એ કોઈ સાધારણ વ્યક્તિનું કામ નથી. એક ધારણ વ્યક્તિ એક શ્રેષ્ઠ શિક્ષક બની નથી બની શકતો. તો એક શ્રેષ્ઠ શિક્ષક બનવા માટે આપણામાં શિક્ષકત્વ ગાડવું પડે. એક સારા શિક્ષકે કઈ વધારે મજૂરી કે કામ કરવાની જરૂર નથી પરંતુ તેણે તેના કામ પ્રત્યે વધારે ધ્યાન કેન્દ્રિત કરવાની જરૂર છે. હું એક શિક્ષક છું તેનું ગૌરવ તેણે લેવું જોઈએ તેણે તેના હેતુઓ, ધ્યેય અને લક્ષ પર ધ્યાન આપવું જોઈએ. તમે જે કઈ તમારી પાસે છે તેને માત્ર વળગી રહેવાનું નથી,પરંતુ તમારામાં બદલાવ લાવવાની જરૂર છે. તમારી પાસે જે કંઈ જ્ઞાન કે જાણકારી છે તેને અપડેટ કરીને સતત શીખતાં. રહેવાની જરૂર છે.

Be a good learner... તમારે અભ્યાસની કાળજી અને દરકાર લેવાની છે. તેની સાથે તમારે વિદ્યાર્થીઓના એક સારામાં સારા કેર

ટેકર બનવાનું છે. તમે સતત પોતાની જાતને અવારનવાર પૂછતાં રહેવાની જરૂર છે કે જે કઈ હું કરી રહ્યો છું તે બરાબર છે ? શું મારા વિદ્યાર્થીઓ જે કઈ શીખી રહ્યા છે તે પૂરતું અને સંતોષ કારક છે? શું મારા આ કામથી વિદ્યાર્થીઓના વાલીઓ સંતુષ્ટ છે ખરા? શું મારા વિદ્યાર્થીઓ પરીક્ષામાં સારો દેખાવ કરી રહ્યા છે કે નહીં?

આ બધા સવાલોનો જવાબ જો હકારાત્મક હશે તો જરૂર તમે એક સારા શિક્ષક બનવા જઈ રહ્યા છો. અને તમારા મનમાં આવા સવાલો અને વિચારો ઉદ્દભવવા જોઈએ તો જ...... શું હું શ્રેષ્ઠ શિક્ષક છું તે કહેવું ખૂબજ અઘરું છે. શ્રેષ્ઠ બનવા માટે ઘણાબધા સીમા બિંદુઓ પસાર કરવા પડે અને તે તમારા માટે શકય છે. શ્રેષ્ઠ બનવા માટે તમારે વિદ્યાર્થીઓ ના પ્રિય બનવું પડે. તમને વિદ્યાર્થીઓ ગમવા જોઈએ અને વિદ્યાર્થીઓ તમને ગમાડતા હોવા જોઈએ. તમને તમારા શિક્ષકના વ્યવસાય પ્રત્યે લગાવ હોવો જોઈએ, તમને શોખ હોવો જોઈએ તમને શિક્ષક હોવાનું ગૌરવ થવું જોઈએ. તમને શીખવાનો શોખ હોવો જોઈએ માત્ર શીખવવામાં નહીં. તમે જો શીશો તોજ સારુ શીખવી શકશો.

સારા શિક્ષક બનવું સહેલું નથી પણ અશક્ય નથી. તમારી ભાષા પરનું પ્રભુત્વ એક સારા શિક્ષક બનવામાં ખૂબજ મદદ કરી શકે. "Be a fluent in language. "જેની વાણીમાં મીઠાશ તે કોઈ પણ ના દિલ જીતી શકે." ભાષાની મધુરતા, તેના ઉચ્ચાર, તેની લય, આરોહ અવરોહ, સ્પષ્ટતા તમારો અવાજ તમારા હાવભાવ તમને

એક સારા શિક્ષક તરફ દોરી જાય છે. "Know your child "જેને તમે કંઈક શીખવવાં માંગો છો તેને તમે જો ઓળખતા જ ના હોઉં તો તમે કેવી રીતે તેને શીખવી શકો. વિદ્યાર્થીઓને તેના નામથી ઓળખવામાં આવે અને નામથી બોલાવતાં આવડે કારણ કે વિદ્યાર્થીઓ ઇચ્છે છે કે તેના શિક્ષક તેને તેના નામથી બોલાવે તો બહુ જ ગમે. તેના અભ્યાસ, તેના પરિવારની સ્થિતિ એટલે કે વિદ્યાર્થીઓના બેકગ્રાઉન્ડનો ખ્યાલ એક સારા શિક્ષક પાસે હોવો જરૂરી છે. બાળકોમાં રસ હોય. તમે જે માધ્યમમાં શીખવો છો તે ભાષામાં લગાવ હોય, તમને તે સારી રીતે બોલતાં આવડતી હોવી જોઈએ. વિદ્યાર્થીઓમાં રહેલી ભિન્નતાનો ખ્યાલ હોવો જોઈએ. તમારામાં વિદ્યાર્થીઓને પ્રોત્સાહિત કરતા આવડવું જોઈએ. તેમને હૂંફ આપો. તેને હિંમત આપો. તેમને આશાવાદી બનાવો. તમને બાળકો સહેલાઈથી મળી શકે તેવા સંજોગોમાં ઊભા કરો. તમે વિચારો કે શું હું વિદ્યાર્થીઓને સહેલાઈથી ઉપલબ્ધ છું ખરો? શું તેઓ મને કોઈપણ ડર વગર મને મળી શકે છે ખરા.? શું તમને વિદ્યાર્થીઓ મળી શકે તેવી તક તેમને આપો છો ખરા.? શું તેમના માટે નવી નવી પ્રવૃત્તિઓ વિચારો છો ખરા? શું તમે તેમને નવી નવી શૈક્ષણિક પધ્ધતિ મુજબ શીખવો છો ખરા? શું તમે તમારા વિદ્યાર્થીઓના શૈક્ષણિક પ્રગતિથી વાકેફ છો ખરા? શું વિદ્યાર્થીઓમાં રહેલી શક્તિઓ અને નબળાઈઓ થી અવગત છો ખરા.? શું તમે તમારા વિદ્યાર્થીઓની હાજરીને ધ્યાનમાં અને મહત્વ આપો છો ખરા.? શું તમે જે વર્ગમાં શીખવો છો તેનું વિદ્યાર્થીઓ પાસેથી ફીડબેક લો છો ખરા? શું તમે તમારા શિક્ષણ અને તેને લગતા

વિચારોની આપલે તમારા સહકાર્યકરો સાથે અને તેની ચર્ચા કરો છો ખરા.? શું તમે તમારા જ્ઞાનને સતત અપડેટ કરો છો ખરા? શું તમે વ્યાવસાયિક વિકાસની તકો માટે કોઈ સેમિનાર કે ચર્ચામાં ભાગ લો છો ખરા? અરે તમે વિદ્યાર્થીઓને ખૂબજ ધીરજથી સાંભળો.

You are doing amazing job. You are doing great, you can still improve yourself.

એક સારો શિક્ષક એક સારા માર્ગદર્શક બનવાનું છે. વિદ્યાર્થીઓને પ્રોત્સાહિત કરવાના છે. તે પ્રોત્સાહક છે. તેમને રસપૂર્વક અભ્યાસ કરવા માટે અભી પ્રેરિત કરવાના છે. નહીં કે કોઈ ધાક ધમકી વડે તેને દબાવી દેવાનો છે. વિદ્યાર્થીઓને સમજવા પ્રયત્ન કરો. તેમનામાં વિશ્વાસ મૂકો, ભરોસો રાખો. તે અભ્યાસમાં ગંભીર બને તેવા પ્રયાસો કરો. તેમની સાથેનું પ્રત્યાયન લચીલું અને ન્યાયપૂર્ણ હોવું જોઈએ.

" Be a friend of the student."

તમારો વિદ્યાર્થીઓ સાથેનો સંપર્ક વ્યક્તિગત હોવો જોઈએ. તમે તમારા પ્રત્યેક વિદ્યાર્થીઓને વ્યક્તિગત ઓળખતા હોવા જોઈએ. વિશ્વાસ કેળવો. તમારો વિદ્યાર્થીઓ સાથે ભાવાત્મક સંબંધો હોવા જોઇએ. જો એક વ્યક્તિમાં આ પ્રકારની આવડત હોય તો ભલે તેની પાસે શૈક્ષણિક લાયકાત ઓછી હોય પણ કે તેના સ્નાતક કે

અનુસ્નાતકમાં ટકા ઓછા હશે પણ તે એક સારો શિક્ષક બનતાં કોઈ રોકી શકે. શિક્ષક થવું સહેલું છે, પરંતુ બનવા માટે આ બાબતો ખૂબજ અગત્યની છે. આપણે હમેશાં સારા બનવા પ્રયાસ કરવો જોઈએ અને જો આપણાં નિષ્ઠાપૂર્વકના પ્રયત્નો હશે તો એક દિવસ જરૂર તમને એક શ્રેષ્ઠ શિક્ષક બનાવી દેશે અને વિદ્યાર્થીઓના હ્રદયમાં તમારૂ સ્થાન હશે અને તમારી નોકરી દરમ્યાન જે કોઈ વિદ્યાર્થીઓ ભણીને આગળ ગયા હશે તેઓ જરૂર તમને યાદ કરવાની સાથે સાથે તમને માનની દ્રષ્ટિએ જોશે.

હજુ જે મિત્રો શિક્ષક છે તેમના માટે હજુ ઘણો સમય છે તો આવો એક સામાન્ય શિક્ષક બની ન રહેતા, માત્ર નોકરી કે પગાર ને જ ધ્યાનમાં રાખીને કરવાને બદલે આપણે એક શ્રેષ્ઠ મહામાનવ બનવા પ્રયાસ કરીએ.

7. પૂર્વ પ્રાથમિક અને પ્રાથમિક શાળામાં શિક્ષકો પડકારો અને ઉમદા કાર્ય

કોઈપણ વિદ્યાર્થી જો તેની શૈક્ષણિક પ્રગતિ સાધે તો એમ કહે કે વિદ્યાર્થીની મહેનત અને જો કોઈ તેને ન આવડે તો કહે છે કે આ શિક્ષકો કોઈ જ કામ કરતા નથી આવી બાબતો કેટલા અંશે યોગ્ય છે તે આપણે એક તટસ્થતાથી આપણો અભિપ્રાય વ્યક્ત કરવો જોઈએ કોઈપણ પ્રકારની સમજ કે કોઈપણ જાણકારી વગર કોઈ શિક્ષકો કે શાળા બાબતે કોઈ તારણ પર આવી જવું અને તેને ટોક ઓફ ધ ટાઉન બનાવવી યોગ્ય નથી. પરિવારમાં એક બાળકને ઉછેરવામાં અને તેને બોલતાં તેમજ બીજી કેટલીક બાબતો શીખવવાં માટે કેટલો પરિશ્રમ કરવો પડે છે તે સૌ કોઈ માતાપિતા જાણે છે તેમ છતાં કેટલાક વાલીઓ શિક્ષકો માટે ન કહેવાની વાતો કહે છે.

શિક્ષકો અને તેમાં પણ પૂર્વ પ્રાથમિક અને પ્રાથમિક શાળામાં જે કામ કરે છે તેમના માટે અનેક પડકારો છે. વિવિધ પરિવાર અને સમાજ અને વિવિધ ધર્મ,વિવિધ સંસ્કૃતિ તેમજ તેમની આર્થિક અને સામાજિક તેમજ માનસિક ભિન્નતાની સાથે તેઓ શાળામાં પ્રવેશ મેળવે છે. એક શિક્ષકને આ બધી જ બાબતોને સમજીને તે આવનાર બાળકને શિક્ષણ આપવાની જવાબદારી તેના શિરે હોય છે. વર્ગમાં 30 કે 35 બાળકો હોય તો તેને તેના દિમાગમાં 30 થી

35 ફાઇલ ઓપન કરવી પડે અને તેનો તમામ ડેટા એન્ટ્રી સાથે સાથે તેના માતાપિતા તેમજ તેને અસર કરતી અનેક માહિતી તેને યાદ તેના મગજમાં સંગ્રહ કરવો પડે છે. પરિવારમાં આપણે એક બાળકને સાચવવાની કેટલી મહેનત પહોંચે તો શું આ શિક્ષકને કોઈ જ મુશ્કેલી પડતી ના હશે?

થોડા તો વિચાર કરો, પૂર્વ પ્રાથમિક શાળામાં જ્યારે તમે એક માતાપિતા તરીકે તમારા બાળકને મૂકવા માટે જાવ છો ત્યારે એ તમારા બાળકને શું આવડે છે તે તમે જાણતા નથી? તેને કેવી રીતે બેસવું, બોલવું, કોઈને મળીને શું કહેવું,બીજા સાથે કેવો વર્તાવ કરવો,તેના બૂટ કે ચપ્પલ ક્યાં ઉતારવા પેન કે પેન્સિલ કેવી રીતે પકડવી, બેન્ચ કે ખુરશી પર કેવી રીતે બેસવું, પ્રાર્થના કેવી રીતે ગાવી અને કરવી, લાવેલા નાસ્તો કે અન્ય કોઈ ચીજ કેવી રીતે અન્ય જોડે બેસીને ખાવી, પાણી કેવી રીતે પીવું, લાઈનમાં ઊભા રહેવું અને ચાલવું, કેટલા અવાજ થી બોલવું કોઈ વર્ગમાં આવે તો તેને ઊભા થઈને કેવી રીતે આવકારવા, કચરો ક્યાં નાખવો,શાળામાં કોઈ ફૂલછોડ હોય તો તેને કેવી રીતે સાચવવા, રોડ કઈ રીતે ક્રોસ કરવો, સ્વચ્છતા કેવી રીતે જાળવવી,આવી અનેક બાબતો જો બાળકોને કોઈ શીખવતું હોય તે માત્ર એક શિક્ષક એકી સાથે અનેકને આ જીવનના શરૂઆતના પાઠ પૂર્વપ્રાથમિક શાળામાં કામ કરતા શિક્ષકો જ શીખવે છે તેને કોઈ જ નકારી નહીં શકે. ગમે તેટલા માતાપિતા ભણેલા હશે પણ એક સારો શિક્ષક જે કરી શકે તે બીજું કોઈ જ ના કરી શકે. અને જો

માતાપિતા આ બધું કરી શકતા હોત તો આટલા બધા પૈસા ખર્ચીને બાળકોને શાળાએ મોકલવાની શી જરૂર છે? પૂર્વ પ્રાથમિક શાળામાં કામ કરતા શિક્ષકોને કેટલો પગાર મળે છે તે કોઈએ પૂછ્યું છે ખરું? માંડ પાંચ સાત હજાર મહિને પગાર મેળવતો આ શિક્ષક અને તેની આટલી બધી જવાબદારી? વળી કેટલાક તો કહે કે શું કરવાનું છે તેમને?હા ભાઈ તમે કરો તો તમને ખબર પડે.

આવીજ સ્થિતિ પ્રાથમિક શાળામાં કામ કરતા શિક્ષકોની છે. પૂર્વપ્રાથમિક જે કઈ અથવા જેવો આકાર આપ્યો હોય તેને યોગ્ય કરવાનું કામ ધોરણ 1 માં જે શિક્ષક શિક્ષણ કાર્ય કરે છે તેનો ઇન્ટરવ્યુ લેવા જેવો ખરો. તે માત્ર એક ધૈર્યવાન વ્યક્તિ જ આ કામ કરી શકે. પીએચડી કે અનુસ્નાતક થયેલ વ્યક્તિ પાસે ગમે તેટલું જ્ઞાન હોય પણ જે PTC થયેલ શિક્ષક આ કામ કેરી શકે તેવું એ ના કરી શકે. કેટલી મોટી જવાબદારી સાથે કેટલી કાળજી રાખીને, વિદ્યાર્થીઓમાં કેટલો વિશ્વાસ અને ભરોસો રાખીને અને ખૂબજ ધીરજ ધરીને તેને એકડો ઘૂંટવાનો શીખવા માટે તેને પ્રેરિત કરવો કેટલું અઘરું છે? હજુ તો તે એકડો ઘૂંટશે ક્યારે બગડો, તગડો એમ કરીને 100 સુધી, કલમ નો ક થી તેનું નામ લખતો કરવો, કઈ જાદુ થોડું કરવાથી આ આવડી જાય છે? શિક્ષકને કેટલી મહેનત કરવી પડતી હશે. ધોરણ 2,3,4 અને 5 જેમ જેમ ઉપલા ધોરણોમાં બાળક આગળ વધતું જાય છે તેમ તેમ નવા નવા વિષયો શીખવવામાં કેટલી મુશ્કેલી પડે છે તે માત્ર પ્રાથમિક શાળામાં કામ કરતા શિક્ષકોને જઈને પૂછો? કોઈએ પ્રાથમિક

શાળામાં કામ કરતા શિક્ષકોની મુશ્કેલીઓ સમજવા પ્રયાસ કર્યો છે ખરો? માત્ર ટીકાઓ જ કરી છે. તેમાં મીડિયા વાળાએ તો શિક્ષકોને માટે કઈ કહેવાનું બાકી નથી રાખ્યું. આ બરાબર નથી. હા, એ વાત સ્વીકાર્ય છે કે કેટલીક બાબતે શિક્ષકો તેમની ફરજ પ્રત્યે ગંભીર નથી, પરંતુ બધાજ ખરાબ છે તે કહેવું કેટલું યોગ્ય છે? પછાત વિસ્તારોમાં જઈને એક શિક્ષક તરીકે ફરજ બજાવો ખબર પડે, વિદ્યાર્થીઓની સંખ્યા, અનિયમિતતા, ગરીબાઈ, ઓરડાની વ્યવસ્થા, ખેતમજૂરના બાળકો, અંધશ્રદ્ધા ત્યાં સ્થાનિક રહેવાની મુશ્કેલી આવી અનેક સમસ્યાઓ વચ્ચે પણ તેઓ કામ કરી રહ્યા છે. સમયાંતરે બદલાતા અભ્યાસક્રમ, સરકારી અધિકારીઓના દમન, સી.આર.સી બી.આર.સી ,ટી.કી.એન વળી પ્રાથમિક શિક્ષણાધિકારી, તાલુકા વિકાસ અધિકારી, તાલુકા પંચાયત પ્રમુખ, ગામના સરપંચ, એસ. એમ. સી વળી કોઈ સામાન્ય રાજકીય નેતા, સભ્યો આવા તો અનેક લોકો એ પ્રાથમિક શાળામાં જઈને રોફ જમાવતા જોવા મળે છે. એક શિક્ષક કે પ્રાથમિક શાળાનો આચાર્ય એક વિવેક દાખવીને આ બધાને સહન કરે છે. આ બધાજ આ શિક્ષકોના માત્ર દોષ જ જુએ છે, તે જે કઈ સારુ કરી રહ્યો છે તે ધ્યાનમાં નથી રાખવામાં આવતું.

હું પણ એક શિક્ષક રહી ચૂક્યો છું. મેં પણ શિક્ષકોને ખૂબજ નજીકથી જોયા છે. શિક્ષક એક ડરપોક વ્યક્તિત્વ ધરાવે છે. તે તેની મર્યાદામાં રહીને કામ કરે છે. તે કોઈની સામે ફરિયાદ દાખલ કરતાં ડરે છે. પરંતુ આ બધા તેનો ગેરલાભ ઉઠાવી રહ્યા છે. બધા

શિક્ષકોને દબાવે છે. એક સામાન્ય કારકુન કે ગામના તલાટીને આ બધા સાહેબ સાહેબ કરે અને શિક્ષકોને....... સમાજનો દ્રષ્ટિકોણ પણ શિક્ષકો પ્રત્યે તેવો જ છે. કેટલીક ઊણપ શિક્ષકોના પક્ષે છે પણ તેની સામેના પડકારો પણ તેટલા જ તેને સમજવા અને તેનો ઉકેલવા અધિકારીઓએ ચિંતન કરવાની જરૂર છે, માત્ર હુકમો કરીને કે પરિપત્રો બહાર પાડીને સંતોષ માનવાની કોઈ જરૂર નથી. પ્રાથમિક શિક્ષણ કથળી ગયું છે તે માટે માત્ર પ્રાથમિક શિક્ષકો જ કેમ? શિક્ષણમાં કામ કરતા તમામ અધિકારીઓ પણ જવાબદાર છે, તેઓ શું કરે છે.... આ પણ વાલીઓએ અવાજ ઉઠાવવાની જરૂર છે.

કેટલાક સમયથી Facebook પર એવા શિક્ષક મિત્રોના વિદ્યાર્થીઓ સાથે ગીત ગાયને જે શિક્ષણ કાર્ય કરતા જોઈને હું ખૂબજ પ્રભાવિત થયો. એક શિક્ષક પોતાના વિદ્યાર્થીઓને ભણાવવા માટે વિદ્યાર્થીઓ સાથે ડાન્સ કરે, વિદ્યાર્થીઓ સાથે વિદ્યાર્થી બની જાય, તેના જેટલી ઉંમરના બનીને કામ કરવું, બાળકો જેવા બની જવું કઈ નાનું કામ નથી ભાઈ. શિક્ષક ના કામની ગણતરી કરવા જાવ તો કેટલા બધા કામ કરે છે તેનું એક લાંબુ લિસ્ટ બને. શિક્ષક એક એવો વ્યક્તિ છે કે જેની સામે એક વિદ્યાર્થી તરીકે બેઠો છે તેમાં એક ખેડૂત, ક્લાર્ક, મેનેજર, પાયલોટ, મિકેનિક, નેતા અભિનેતા, સામાજિક કાર્યકર, ડોક્ટર, ઉદ્યોગપતિ, વડાપ્રધાન, મિનિસ્ટર, રાષ્ટ્રપતિ બેસીને ભણે છે, આ શિક્ષક સામે બેઠેલાં વિદ્યાર્થીઓમાંથી કોઈ એક અથવા અનેક માણસો જો કોઈ તૈયાર કરતું હોય તો તે

માત્ર એક શિક્ષક જ છે. અને તેને આપણે કોઈ ગંભીરતાથી તેના કામને નહીં જોઈએ તો આપણી નજરમાં દોષ છે.

આવો આપણે સૌ પ્રાથમિક શાળામાં કામ કરતા શિક્ષકોનો આદર કરીએ કે જેમના અથાગ પરિશ્રમને કારણે આપણે આટલે સુધી પહોંચ્યા છીએ. એક શિક્ષક આપણાં જીવનમાં આવ્યા ન હોત તો આપણું ભવિષ્ય કેવું હોત તેની કલ્પના તો કરો?

Respect the teachers...

૪. શિક્ષણમાં માતૃભાષાની અગત્યતા અને તેની અસરકારકતા

વિશ્વમાં આશરે સાત હજાર ભાષાઓ દ્વારા વિવિધ દેશ- પ્રદેશમાં લોકો પ્રયોજન કરે છે. કેટલીક પ્રાદેશિક ભાષાઓ તો કેટલાક લોકો ત્યાંની સ્થાનિક બોલી બોલીને તેમનો વ્યવહાર ચલાવે છે. કેટલીક ભાષાઓ ધીમે ધીમે લુપ્ત પણ થતી જાય છે અને કેટલીક બે વિવિધ અથવા તેની નજીકની ભાષાઓને એક કરીને નવી ભાષા અસ્તિત્વમાં આવી છે. પરંતુ સૌની કોઈ એક ભાષા કે જે તે જન્મથી પોતાની માતાને મુખે સાંભળીને બોલતાં શીખે છે તે "માતૃભાષા" જે સૌ કોઈ કોઈપણ પ્રકાર ના પ્રયાસ વગર માત્ર સાંભળીને બોલે છે તે તેની માતૃભાષાની ખૂબજ મહત્વ છે.. પણ... ધીમે ધીમે આપણે બીજી ભાષાઓ આપણી માતૃભાષાને ભોગે શીખી રહ્યા છીએ... શિક્ષણમાં માતૃભાષા ખૂબજ મહત્વ ધરાવે જેને આપણે નજરઅંદાજ કરી રહ્યા છીએ જે યોગ્ય ના કહી શકાય.

"Mother tongue is a key factor for inclusion and quality learning"

આજે આપણે જોઈ શકીએ છીએ કે દરેક માતાપિતા પોતાના સંતાનોને માતૃભાષા માં શિક્ષણ આપવાને બદલે અંગ્રેજી માધ્યમ ની શાળાઓમાં મોકલવાનું પસંદ કરે છે. એક સામાજિક સ્ટેટસ સિમ્બોલ બની ગયો છે અને તે બાબતે તેઓ ગૌરવ લે છે. પણ

તેઓ એ બાબતે કદાચ વાકેફ ના પણ હોય શકે કે તેઓ શા માટે તેવું વિચારે છે, એક ક્રેઝ હોય તેવું લાગે છે. પણ માતાપિતાઓ એ સમજવાની જરૂર છે કે જો તેમના બાળકોને જો ગુણવત્તા યુક્ત શિક્ષણ આપવું હોય તો માતૃભાષા એ અગત્યનું પાસું છે.

"Mother tongue improves learning outcomes and academic performance."

આપણે સૌ કોઈ 21મી ફેબ્રુઆરીને માતૃભાષા દિવસ તરીકે ઊજવવીએ છીએ. માતૃભાષા એ સાંસ્કૃતિક અને ભાષાકીય વૈવિધ્ય વારસો છે જે સમાજને સંગઠિત તેમજ મજબૂતાઈ આપીને સમાજમાં શાંતિ અને સમાજને ટકાવી રાખવામાં મદદ કરે છે. શરૂઆતની શિક્ષણની વ્યવસ્થામાં એટલે કે પ્રાથમિક શિક્ષણ ધોરણ 5 સુધી માતૃભાષા માં શિક્ષણ આપવામાં આવે તે જરૂરી છે તેવો મત યુનેસ્કોએ વ્યક્ત કર્યો છે. તેના મતે " This is crucial, especially in primary schools to avoid knowledge gaps and increase the speed and learning and comprehension." નવી શિક્ષણ નીતિ (NEP) માં પણ આ સંદર્ભે ગંભીરતાથી લીધી છે તેથી જણાવ્યું છે કે,

"Mother tongue will be the medium of instruction up to class 5 in all schools."

આવનાર સમયમાં આ બાબતે સરકાર ગંભીર બનીને તેનો અમલ કરવા માટે કોઈ નક્કર પગલાં લેવામાં આવશે તેવું લાગે છે.

માતૃભાષા શીખવનારને એક મજબૂત પાયો નાખે છે. જે બાબત માતૃભાષામાં ઝડપથી સમજી શકાય તે અન્ય ભાષામાં ન સમજી શકે તે વાસ્તવિક્તા છે પણ કોણ સમજે છે આ બાબતને. માતૃભાષા વિદ્યાર્થીઓને સશક્ત બનાવે છે. આંતરિક સમજ કેળવે છે એક બીજાને માન અને આદર કરતા શીખવે છે. તે સામાજિક, સાંસ્કૃતિક અને આપણી પ્રણાલીઓનો વારસો ટકાવી રાખીને આગળ વધારે છે. માતૃભાષા એકબીજાને જોડી રાખવામાં મદદરૂપ થાય છે. બે એકજ માતૃ ભાષા બોલનાર વ્યક્તિઓ મળે કોઈ વિદેશમાં ત્યારે તેમનો સ્નેહ છલકાઇ જાય છે. ભાષાની એક તાકાત છે. દરેકને તેની માતૃભાષા બોલવાનો અને શીખવાનો હક છે. પણ આજે મોટાભાગના દેશોમાં લોકો તેમની માતૃભાષા છોડીને અન્ય ભાષામાં શિક્ષણ મેળવે છે. કેટલાક દેશો આ બાબતે ખૂબજ જાગૃત પણ છે કે તેમના દેશનું શિક્ષણનું માધ્યમ અને તમામ વહીવટ તેમની માતૃભાષામાં આગ્રહ રાખે છે. 40 ટકા લોકોને ભલે તે પોતાની માતૃભાષા છોડી અન્ય ભાષામાં શિક્ષણ મેળવતા હોય પણ તેમને તે ભાષા બોલતાં પણ આવડતી નથી. આપણે જોઈ શકીએ છીએ કે અંગ્રેજી માધ્યમમાં અભ્યાસ કરતા વિદ્યાર્થીઓને હજુ અંગ્રેજીમાં વાતચીત કરતાં ઘણી મુશ્કેલીઓ નો. સામનો કરવો પડે છે. તેટલું જ નહીં પણ શિક્ષકોને બોલવું અઘરું પડે છે. માત્ર કહેવાય અંગ્રેજી માધ્યમ પણ....... આજે આપણે માતૃભાષા છોડી બીજી ભાષા તરફ જોક આપી રહ્યા છીએ. માતૃભાષાની શાળાઓની સંખ્યામાં થતો ઘટાડો એક ચિંતા અને ચિંતનનો વિષય છે. કેટલીક ભાષાઓ દિનપ્રતિદિન લુપ્ત થતી જાય છે. જો આપણી માતૃભાષા

લુપ્ત થશે તો આપણો સાંસ્કૃતિક અને બૌદ્ધિક વારસો પણ નષ્ટ થઈ જશે. આજે વિશ્વનો જે કઈ વિકાસ થઈ રહ્યો છે તે ભાષાના કારણે છે. અને તે પણ માતૃભાષાને કારણે. તેનું મહત્વ સમજવાની ખાસ જરૂર છે અને તે પણ શરૂઆતના શિક્ષણાભ્યાસ દરમ્યાન. આજે આપણે હવે તે બાબતે જાગૃત બનવાની જરૂર છે.

"Mother tongue is a native language.
માતૃભાષા એ આપણી પરિચિત ભાષા છે.

"Mother tongue should be a Medium of instruction, a commercial language."
"English as a school language."

માતૃભાષા સમજવામાં ખૂબજ સહેલી પડે છે. કોઈ પણ ગણિત અને વિજ્ઞાનનો ખ્યાલ સ્પષ્ટ થઈ જાય છે. માતૃભાષામાં અધ્યયન ખૂબજ ઝડપી બને છે. જ્યારે અન્ય ભાષામાં ધીમું અધ્યયન થાય છે. તે વિશાળ ખ્યાલ અને વિચારોને framework કરે છે સાથે સાથે લોકોમાં ભાવ પ્રગટ કરી શકે છે. સમજણનો ઝડપી વિકાસ કરે છે. વિદ્યાર્થીઓ માં આત્મવિશ્વાસ વધારે છે. ડ્રોપ આઉટ રેશિયો ઘટે છે. શાળા સાથેનો અનુબંધ ગાઢ બનાવે છે અને અધ્યયન માટે ભાગીદારી બાંધે છે. તેમાં વાલીઓ પણ ભાગીદાર બને છે. જો કોઈ વિદ્યાર્થી માતૃભાષામાં શિક્ષણ મેળવતો હોય તો માતાપિતા પણ સહયોગી બને છે. કોઈ પણ બાબતને રજૂ કરવામાં મુશ્કેલી પડતી

નથી. પોતાના વિચારો ખૂબજ સારી રીતે વ્યક્ત કરી શકે છે. માતૃભાષામાં શિક્ષણ મેળવવાથી

"Decentralize the Education in Books. "

માતૃભાષા વિદ્યાર્થીઓ ને નજદીક લાવીને એકતાનો ભાવ અનુભવે છે. અને તેમનામાં પોતાની સંસ્કૃતિ માટેના ભાવ સાથે સાથે ખ્યાલોમાં વધારો થાય છે. તો વાલીઓ એ બાબતે ખાસ ધ્યાન રાખવું જરૂરી છે કે આપણે શું કરવું જોઈએ? માત્ર અંગ્રેજી માધ્યમની શાળામાં અભ્યાસ કરાવીને જ વિદ્યાર્થી હોંશિયાર બની જતો નથી. અને અંગ્રેજીમાં બોલતો વિદ્યાર્થી માતૃભાષામાં અભ્યાસ કરતા વિદ્યાર્થી કરતા વધુ વિકાસ કરશે તેવું માનવાની જરૂર નથી. જેટલી સમજ માતૃભાષામાં વિકસે તેટલી અન્ય ભાષામાં ના વિકસી શકે...

તો આપણે આપણી માતૃભાષાનો આદર અને સન્માન કરીએ અને બીજી ભાષાઓ પણ શીખતાં રહીએ.

9. શૈક્ષણિક સંસ્થાઓમાં વહીવટી સ્ટાફનું એક મહત્ત્વની ભૂમિકા

"The role of leadership in Education...is not and should not be command and control. But the real role of leadership is the climate control, create a climate of possibility."

કોઈપણ શૈક્ષણિક સંસ્થાઓના વહીવટી તે સંસ્થાના વડા પર આધાર રાખે છે. એટલે કે સંસ્થાના તમામ પ્રકારના વહીવટની જવાબદારી આચાર્ય પર નિર્ભર કરે છે. પછી તે એકેડેમિક હોય કે નોન એકેડેમિક આ તમામ જવાબદારી શૈક્ષણિક સંસ્થાના વડા ની જ હોય છે. તે એક એડ્મિનિસ્ટ્રેટર છે. સમગ્ર સંસ્થા તેના આયોજન અને તેની સૂઝ બૂઝ અને વિવેક બુદ્ધિને આધિન હોય છે. તે એક નિર્ણાયક ભૂમિકા ભજવે છે. તેનો એક સારો નિર્ણય સંસ્થાની ક્રેડિટ વધારી શકે અને તેનો એક ખોટો નિર્ણય રેટિંગ નીચે લાવી શકે છે. એટલા માટે જ તે માત્ર કેળવણીકાર જ નહીં પણ એક સારો વહીવટીદાર પણ હોવો જોઈએ. તે મેનેજર છે. તે ડાયરેક્ટર છે, તે નિર્માતા અને દિગ્દર્શક છે. કોઈપણ શૈક્ષણિક સંસ્થા ના વિકાસ, પ્રગતિ અને તેની ગુણવત્તાનો આધાર એડ્મિનિસ્ટ્રેટર પર રહેલો છે.

એક આચાર્ય કે એક ચીફ એડ્મિનિસ્ટ્રેટર તરીકે તેની પાસે તેના કામમાં સહાયરૂપ થાય તે માટે વિવિધ ક્ષમતા અને લાયકાત

ધરાવતા સ્ટાફની જરૂરિયાત પણ હોય છે. તેમની પસંદગીનો પણ તેને આ તમામ સ્ટાફની નિમણૂક કરવાની હોય છે. આ ત્યારે જ શકય છે કે તેની પાસે વિશેષ સત્તા તેને આપવામાં આવી હોય પણ નિમણૂક કોઈ કરે અને કામ આચાર્યએ લેવાનું હોય ત્યારે કેટલીક સમસ્યાઓ ઊભી થાય છે. આપણી શૈક્ષણિક સંસ્થાઓમાં આ પ્રકારની વ્યવસ્થા નથી જેના કારણે અનેક મુશ્કેલીઓ ઉભી થાય છે.

એક વહીવટદાર પાસે અનેક ક્ષમતાઓ હોવી જોઈએ એક સારો આયોજક, એક સારો નિર્ણાયક અને એક કુશળ લોક સંપર્ક રાખનાર વ્યક્તિ જ એક સારો વહીવટદાર બની શકે. તેને સ્ટાફ,વિદ્યાર્થીઓ, વાલીઓ અને મેનેજમેન્ટ કમિટી તેમજ અન્ય જાહેર લોકો સાથે રહીને કામ કરવાનું હોય છે. તેની પાસે અનેકવિધ કામ હોય છે. તે એક સારો વ્યવસ્થાપક, સ્ટાફ અને વિદ્યાર્થીઓનો સારો સહાયક અને માર્ગદર્શક છે તેથી તેની પાસે અનેક સહાયક સ્ટાફ જેવા કે IT સ્ટાફની જરૂરિયાત હોય છે. આજે તમામ માહિતી સોફ્ટવેર આધારિત કોમ્પ્યુટર પર તૈયાર કરવાની હોવાથી આ પ્રકારનો સ્ટાફ ખૂબ સારી રીતે નિભાવી શકે. શૈક્ષણિક સંસ્થા માં પરીક્ષાઓ અવારનવાર યોજવાની હોય છે જેનું એક અલગ યુનિટ કાર્યરત હોય છે, તેની ગોપનીયતા જળવાઈ રહે, સમયસર પરીક્ષાઓ યોજાય તેની લગતી તમામ સારી વ્યવસ્થા કરવાની હોય છે. કર્મચારીઓ અને વિદ્યાર્થીઓની હાજરી અને નિયમિતતા સાથે અન્ય બાબતોનો રેકોર્ડ તૈયાર કરવાનો હોય છે.

કાઉન્સેલરની પણ આવશ્યકતા હોય છે. કોઈપણ વિદ્યાર્થી કે સ્ટાફ કે આવનાર કોઈ મુલાકાતી સાથે કાઉન્સિલ કરી શકે. વિદ્યાર્થી ઉત્તમ વર્તન કરે વર્ગ કે વર્ગની બહાર પણ તેના માટે એક બિહેવિયર મેનેજરની જરૂર પડે. કારકિર્દીની એડવાઈઝર પણ જરૂર હોય કે જે વિદ્યાર્થીઓ ને અવારનવાર માર્ગદર્શન આપે. સ્પોર્ટ્સ કોચ હોય, સંગીત ટીચર, ભાષા નિષ્ણાત હોય જે વિદ્યાર્થીની ભાષા શુદ્ધિ પર ધ્યાન રાખે. આ તમામ વહીવટી સ્ટાફ જો હોય તો સારું સંચાલન કરી શકાય. પરંતુ એક શૈક્ષણિક સંસ્થાના સારા સંચાલન માટે વડા પાસે આત્મવિશ્વાસ નિર્ણય શક્તિ અને વહીવટી ક્ષમતા હોય જે કોઈપણ કામના ભારણને શાંતિથી કોઈપણ પ્રકારના દબાણમાં આવ્યા વગર નિર્ણય લઈ શકે. તે વ્યાજબી સંસ્થાના હિતમાં નિર્ણય લઈ શકનાર હોવો જોઈએ. એક વિચારક અને પોલિસી મેકર અને તેને અસરકારક રીતે અમલ કરાવનારો હોય. તે એક આયોજક, ડાયરેક્ટર અને કો ઓરડીનેટર અને મૂલ્યાંકન કરનાર હોય. તેની નિર્ણય શક્તિ અપાર હોય. તેના માનવીય સંબંધો ખૂબ મજબૂત હોવા જોઈએ. તે પ્રોત્સાહક હોય, હિંમત અને આત્મ વિશ્વાસ ઊભો કરનારો હોય. સંસ્થામાં પ્રાણવાયુનું કામ કરે. સારો શ્રવણ શક્તિ ધરાવનારો હોય, કાચા કાનનો નહીં,તેના કોઈ પણ નિર્ણય પર અડગ રહેનારો અને નિર્ણય કરતાં પહેલાં સો વાર વિચાર કરનારો હોય. તે મૈત્રીભાવ ધરાવનાર અને ટીમવર્ક માં માનતો હોય. તે પ્રશ્નનો ને ખૂબજ સારી રીતે ઉકેલનાર હોય. તે પ્રોએક્ટિવ હોય. તે કોઈ પણ કામ બાબતે નિખાલસ હોય કોઈ યોગ્ય સૂચનને સ્વીકારીને તેમાં બદલાવ લાવીને તેને સારી રીતે

કાર્યવાહી હાથ ધરીને લક્ષ સુધી લઈ જવા માટે તત્પર હોય. તેના વહીવટમાં જડતા નહીં પણ લચીલાપણ હોય જરૂર જણાય તો તે તેમાં ફેરફાર કરવામાં માનતો હોય. તે અપડેટ તો ખરો પણ અપટુડેટ પણ હોય.

તેની પાસે અનેક જવાબદારીઓ હોવાને કારણે કામની વહેંચણી સ્ટાફની ક્ષમતા આધારિત કરવામાં માહેર હોય. તેની પાસે વ્યક્તિને ઓળખવાની આવડત હોય અને તે મુજબ વ્યક્તિના મૂડ સમજીને કામ લેતા આવડવું જોઈએ. તે એક નિયંત્રક, એક કોમ્યુનિકેટર, શિક્ષણકાર, મેનેજર, ટીમ બિલ્ડર હોવો જોઈએ.

કોઈપણ શૈક્ષણિક સંસ્થા માત્ર નિયમોથી નહીં પણ નિષ્ઠાથી ચાલે તો સારું પરિણામ મળી શકે. અને શૈક્ષણિક સંસ્થાનું વિઝન અર્થપૂર્ણ રીતે કામ કરી શકાય.....તો એક શૈક્ષણિક સંસ્થાઓનો વહીવટ કરવા માટે એક કુશળ અને બહુવિધ પ્રતિભાશાળી વ્યક્તિ સારી રીતે કામ કરી શકે.

10. જરૂર છે માનવતાવાદી શિક્ષણની...
(Humanitarian Education)

આજે માનવી માનવીને ભૂલતો જઈ રહ્યો છે. માનવી માનવીનો દુશ્મન અને તેનો નાશ કરવા લાગ્યો છે. આપણે વૈશ્વિક સ્તરે એક નજર કરીએ તો કોઈ જગ્યાએ શાંતિ જેવું નથી. અશાંતિનું સામ્રાજ્ય સ્થાપિત થઈ ગયું છે. માનવી સમસ્યાઓથી ઘેરાઈ ગયો છે માણસ. અંદરથી ખંડિત થયો છે. તે ઉદ્વેગનો અનુભવ કરી રહ્યો છે. તે માનસિક શાંતિની શોધમાં ભૌતિકવાદી બની ગયો છે. તે અતિ સુખસગવડનો આદિ બની ગયો છે. તે કોઈ પણ રીતે અને ભોગે ધન એકઠું કરવા લાગી ગયો છે. તે એટલો સ્વકેન્દ્રિ બન્યો છે કે તે બીજા કોઈનો વિચાર પણ નથી કરતો. તેના જીવનમાં એટલો બધો અહમ ભરાયો છે કે તે એવું સમજે છે કે જે હું કહું તે અને જે કઈ કરું છું તેજ સાચું છે બાકી બધા.. બસ આજ બાબતના કારણે માનવી પશુ કરતા પણ કહી શકાય કે વધુ ખરાબ રીતે જીવન જીવી રહ્યો છે.

"જો માનવી માનવ થાય તો ઘણું" પણ માનવી સમજે તો ને. આપણી તમામ વ્યવસ્થા માનવી માટે જ છે. આપણે વિચાર કરીએ તો જે કઈ આ દુનિયામાં ભૌતિકતા દેખાય છે તે માનવને કેન્દ્રમાં રાખીને ઊભી કરવામાં આવી છે. કેન્દ્રમાં માનવી છે. તે છે

તો આ બધું છે જો તેજ ના રહે તો આ બધું શું કામનું? જે કઈ શોધો, નવી નવી ટેક્નોલોજી શૈક્ષણિક વ્યવસ્થા, વાહન વ્યવહાર, ધર્મ, રોડ રસ્તા, મોલ, અનાજ, ફળફળાદિ, શાકભાજી બાગ બગીચા આવી અનેક વ્યવસ્થાઓ કોના માટે છે? આ વસ્તુઓનો ઉપભોક્તા કોણ છે બસ આટલી બાબતો પર ધ્યાન કેન્દ્રિત કરી એ તો આપણો જવાબ માનવી હશે. પણ જો માનવી જ ના રહે તો આ બધી વ્યવસ્થા શી કામની.? એક ચિંતન માંગી લે તેવી બાબત છે. આ દિશામાં આપણે એક ઊંડા અને એક તટસ્થ વિચારક બનીને માનવતાની ખેતી કરવાની જરૂર છે.

આજે આપણે શિક્ષણ પાછળ અઢળક રૂપિયા ખર્ચ કરીને વિવિધ સ્કીલ પર્સન બજારમાં મૂક્યા છે. અસંખ્ય ડોક્ટર, એન્જિનિયર, શિક્ષકો, વેપારીઓ, ઉદ્યોગપતિ ઓ, રાજકીય માણસો, ખેડૂતો વગેરે.... પણ શી સ્થિતિનું નિર્માણ થયું છે. આપણે શું કરી રહ્યા છીએ તે આપણને ખબર છે. દરેક તેના વ્યવસાયમાં કેવી રીતે ધન એકઠું કરી રહ્યો છે તે ખુદ જાણે છે. બસ "હું" જ. શું આપણે બીજાનો વિચાર કર્યો છે ખરો? શું આપણે માત્ર આપણા માટે જ જીવન જીવવાનું છે.? શું આપણી હાલ વર્તમાન શિક્ષણ વ્યવસ્થા માનવતા કેન્દ્રિ છે?

આજે વૈશ્વિક સ્થિતિ જોઈએ તો દરેક દેશ માનવ સંહારના શસ્ત્રો એકઠા કરી રહ્યા છે. મોટા ભાગના ખર્ચ શસ્ત્રો પાછળ કરવામાં આવી રહ્યો છે. જો આટલો ખર્ચ જો માનવ કલ્યાણ પાછળ

ખર્ચવામાં આવે તો કોઈ આ પૃથ્વી પર ભૂખ્યો કે ઘર કે શિક્ષણથી વંચિત ના રહે પણ..... આપણી શિક્ષણ વ્યવસ્થા પણ માનવતા કેન્દ્રિય બનાવાની જરૂર છે. આપણા બાળકોને "માનવતા પાઠ "શીખવવાની જરૂર છે. જાણે આપણું ધાર્મિક શિક્ષણ પણ નિષ્ફળ ગયું હોય તેવું લાગે છે, આપણાં તમામ ધાર્મિક પવિત્ર ગ્રંથો માનવતાનો સંદેશ આપે છે. માનવી એ કુદરતનું શ્રેષ્ઠ સર્જન છે તો શું આપણે આ શ્રેષ્ઠતા ને ટકાવી રાખી શકે તેવી શિક્ષણ વ્યવસ્થા છે ખરી.?

આજે વૈશ્વિક અશાંતિમાં બહાર આવવા માટે માનવતાલક્ષી શિક્ષણ આપવાની જરૂર છે. માણસને માનવી બનાવવાનો છે. માનવતાવાદ એ શ્રેષ્ઠ ઉપાય છે. એટલે " Humanitarian Education" વ્યવસ્થા અને શાળા કૉલેજોમાં આ વિષય ને એક ફરજિયાત વિષય તરીકે દાખલ કરવો જોઈએ. "A Humanitarian is a person concerned with the welfare of all humankind." આનો મૂળભૂત હેતુ માનવતા કેન્દ્રિ છે. જો માનવી છે તો બધું જ છે. તેના મુખ્ય સિદ્ધાંત વિચારીએ તો........ Humanity, Impartiality ::Neutrality ::Unity & Universality ::Voluntary service and Independence.

આ બાબતો ખૂબજ મહત્વ ધરાવે છે. આજે આ બાબતો દિનપ્રતિદિન ભૂલાઈ રહી હોય તેવું લાગે છે. સામાજિક વ્યવસ્થા ખંડિત થઈ રહી છે. આપણે આનો વિચાર કરીને જો આગળ વધીશું તો જરૂર માનવીને ફાયદાકારક સાબિત થશે. ખુલ્લા પણ,

પ્રેમ, કરુણા, સ્નેહ, વાત્સલ્ય, માનવ કલ્યાણ, માફ કરવું, સમગ્રતા, બીજાઓની કાળજી રાખવી, બીજાને મદદ કરવી, અંગત સ્વાર્થ ને ભૂલી જવો, આવા અનેક જીવનલક્ષી પાઠ શીખવાની ખાસ તાતી જરૂર છે.

બીજાનું રક્ષણ કરવું, માનવ હત્યા રોકવી લોકોને પ્રાથમિક જરૂરિયાત પૂરી પાડવી, જરૂરતમંદ લોકોને સહાય કરવી, તેમને આશરો આપવો, વ્યક્તિ કે સમાજના આર્થિક પછાત વર્ગના લોકોને મદદ કરવી. સમાજનું પુનઃનિર્માણ કરવું, પાયાની સુવિધાઓ ઉભી કરવી આવી અનેક બાબતો પ્રત્યે ધ્યાન કેન્દ્રિત કરીને જો માનવીને શિક્ષિત કરવામાં આવે તો આપણું માનવીનું ભવિષ્ય ઉજ્જવળ બનશે... નહીંતર આપણે અન્ય જીવોની જેમ લુપ્ત થઈ જઈએ તો નવાઈ નહીં લાગે. તો આવો આપણે એક કદમ માનવતા તરફ આગળ વધીને આપણો માનવીય વારસો ટકી રહે તે માટે માનવી માનવીનો દુશ્મન નહીં પણ ભાઈ ભાઈ બની જાય, દોસ્ત બની જાય, એક પરિવાર બનીને "વિશ્વ કુંટુંબકમ" ની ભાવના દરેકમાં વિકાસે તેવી વ્યવસ્થા અને વાતાવરણ વૈશ્વિક સ્તરે ઊભું થાય તેવી કુદરતને પ્રાર્થના કરીએ.

11. શિક્ષકની સામાજિક ભૂમિકા

સમાજમાં શિક્ષકોની ભૂમિકા વિશે અહીં એક લાંબો પ્રતિભાવ છે: શીર્ષક: સમાજને આકાર આપવા માટે શિક્ષકોની ગહન ભૂમિકા પરિચય શિક્ષકોને લાંબા સમયથી સમાજના આધારસ્તંભ તરીકે ઓળખવામાં આવે છે, જે વ્યક્તિઓના બૌદ્ધિક, ભાવનાત્મક અને સામાજિક વિકાસમાં નિર્ણાયક ભૂમિકા ભજવે છે. તેમની અસર વર્ગખંડની દીવાલોથી ઘણી આગળ વિસ્તરે છે, કારણ કે તેઓ રાષ્ટ્રોના ભાવિને ઘડે છે અને સમાજની સુધારણામાં નોંધપાત્ર યોગદાન આપે છે. આ નિબંધ આધુનિક સમાજમાં શિક્ષકોની બહુપક્ષીય ભૂમિકાની શોધ કરે છે, શિક્ષણ, ચારિત્ર્ય વિકાસ અને સમુદાય નિર્માણ પરના તેમના પ્રભાવની અન્વેષણ કરે છે. I. જ્ઞાન પ્રાપ્તિની સુવિધા 1.1. પ્રાથમિક શિક્ષણ શિક્ષકો વિદ્યાર્થીઓ માટે જ્ઞાન સંપાદન માટે પ્રાથમિક સહાયક છે. તેઓ યુવા દિમાગને વિવિધ વિષયોની મૂળભૂત વિભાવનાઓ સાથે પરિચય કરાવે છે, ભવિષ્યના શિક્ષણનો પાયો નાખે છે. સંલગ્ન પાઠો અને અસરકારક શિક્ષણ શાસ્ત્ર દ્વારા, તેઓ જટિલ વિચારોને વિદ્યાર્થીઓ માટે સુલભ બનાવે છે, શીખવાના જીવનભરના પ્રેમને પ્રોત્સાહન આપે છે. 1.2. ઉચ્ચ શિક્ષણ ઉચ્ચ શિક્ષણમાં, શિક્ષકો માર્ગદર્શક અને માર્ગદર્શક તરીકે સેવા આપે છે, વિશેષ જ્ઞાન અને જટિલ વિચાર કૌશલ્ય પ્રદાન કરે છે. તેઓ વિદ્યાર્થીઓને તેમના પસંદ કરેલા ક્ષેત્રોમાં નિપુણતા વિકસાવવામાં, કારકિર્દી માટે તૈયાર કરવામાં અને વિજ્ઞાન, ટેક્નોલૉજી અને અન્ય વિવિધ શાખાઓમાં પ્રગતિમાં

યોગદાન આપવામાં મદદ કરે છે. II. પાત્ર અને મૂલ્યોને આકાર આપવો 2.1. નૈતિક શિક્ષણ વિદ્યાર્થીઓમાં નૈતિક મૂલ્યો અને નૈતિક સિદ્ધાંતો કેળવવામાં શિક્ષકો મહત્વની ભૂમિકા ભજવે છે. વિદ્વાનો ઉપરાંત, તેઓ સહાનુભૂતિ, આદર અને જવાબદારીનું મોડેલ બનાવે છે અને શીખવે છે, વિદ્યાર્થીઓને જવાબદાર અને દયાળું નાગરિક બનવામાં મદદ કરે છે. 2.2. પાત્ર વિકાસ તેમની ક્રિયાપ્રતિક્રિયાઓ અને માર્ગદર્શન દ્વારા, શિક્ષકો વિદ્યાર્થીઓના ચારિત્ર્ય ઘડતરમાં મહત્વપૂર્ણ યોગદાન આપે છે. તેઓ દ્રઢતા, સ્થિતિસ્થાપકતા અને સ્વ-શિસ્ત જેવા ગુણોને પ્રેરણા આપે છે, જે જીવનના તમામ પાસાઓમાં સફળતા માટે જરૂરી છે. III. જટિલ વિચારસરણી અને સમસ્યાનું નિરાકરણ પ્રોત્સાહન 3.1. જટિલ વિચાર શિક્ષકો વિદ્યાર્થીઓને પ્રશ્ન, પૃથક્કરણ અને માહિતીનું મૂલ્યાંકન કરવા માટે પડકાર આપીને જટિલ વિચારસરણીને પ્રોત્સાહિત કરે છે. તેઓ વિદ્યાર્થીઓને સ્વતંત્ર રીતે વિચારવાની અને માહિતગાર નિર્ણયો લેવાની ક્ષમતા વિકસાવવામાં મદદ કરે છે, જે વધુને વધુ જટિલ વિશ્વમાં આવશ્યક છે. 3.2. સમસ્યા હલ કરવાની કુશળતા વર્ગખંડોમાં, શિક્ષકો વિદ્યાર્થીઓને વિવિધ પડકારો અને સમસ્યા ઉકેલવાની તકો સાથે રજૂ કરે છે. આ સર્જનાત્મકતા અને નવીનતાને પ્રોત્સાહન આપે છે, કૌશલ્યો કે જે માત્ર શૈક્ષણિક સફળતા માટે જ નહીં પરંતુ સામાજિક મુદ્દાઓને સંબોધિત કરવા અને પ્રગતિને ચલાવવા માટે પણ મહત્વપૂર્ણ છે. IV. વૈશ્વિક નાગરિકોની તૈયારી 4.1. સાંસ્કૃતિક જાગૃતિ શિક્ષકો વિદ્યાર્થીઓને વિવિધ પરિપ્રેક્ષ્યો, પરંપરાઓ અને વિશ્વ દૃષ્ટિકોણનો

પરિચય આપીને સાંસ્કૃતિક જાગૃતિ અને સહિષ્ણુતાને પ્રોત્સાહન આપે છે. આ તેમને એકબીજા સાથે જોડાયેલા વિશ્વમાં ખુલ્લા મનના અને આદરણીય વૈશ્વિક નાગરિક બનવા માટે તૈયાર કરે છે. 4.2. પર્યાવરણીય ચેતના પર્યાવરણીય પડકારોના યુગમાં, શિક્ષકો વિદ્યાર્થીઓને ટકાઉપણું અને પર્યાવરણીય જવાબદારી વિશે શિક્ષિત કરે છે. તેઓ એવી પેઢી બનાવવામાં મદદ કરે છે જે પર્યાવરણ પ્રત્યે સભાન હોય અને ઇકોલોજીકલ મુદ્દાઓને દબાવવામાં સક્ષમ હોય. V. ભવિષ્યના નેતાઓનું પોષણ 5.1. નેતૃત્વ કૌશલ્ય શિક્ષકો વિદ્યાર્થીઓમાં નેતૃત્વની ક્ષમતાને ઓળખે છે અને તેનું જતન કરે છે. વિવિધ અભ્યાસેતર પ્રવૃત્તિઓ અને નેતૃત્વની તકો દ્વારા, તેઓ ભાવિ નેતાઓને તૈયાર કરે છે જે સમુદાયો, સંસ્થાઓ અને રાષ્ટ્રોને માર્ગદર્શન આપી શકે. 5.2. નાગરિક સગાઈ શિક્ષકો વિદ્યાર્થીઓને લોકશાહી સમાજમાં સક્રિય સહભાગીઓ તરીકેની તેમની ભૂમિકાઓ વિશે શિક્ષિત કરીને નાગરિક જોડાણ અને સામાજિક જવાબદારીને પ્રોત્સાહિત કરે છે. તેઓ યુવાનોને તેમના સમુદાયોમાં સકારાત્મક યોગદાન આપવા અને સામાજિક પરિવર્તનની હિમાયત કરવા પ્રેરણા આપે છે. VI. મજબૂત સમુદાયોનું નિર્માણ 6.1. માઇક્રોકોઝમ તરીકે વર્ગખંડ વર્ગખંડો, શિક્ષકોના માર્ગદર્શન હેઠળ, સમાજના સૂક્ષ્મ જગત તરીકે સેવા આપે છે. વિદ્યાર્થીઓ સહયોગ, વાતચીત અને તકરારનું નિરાકરણ કરવાનું શીખે છે, જે કૌશલ્યો સુમેળભર્યા અને સમાવિષ્ટ સમુદાયોના નિર્માણ માટે જરૂરી છે. 6.2. માતાપિતા-શિક્ષક સહયોગ વાલીઓ અને શાળાઓ વચ્ચે સહયોગ વધારવામાં

શિક્ષકો પણ મહત્વની ભૂમિકા ભજવે છે. આ ભાગીદારી એકંદર શૈક્ષણિક અનુભવને વધારે છે અને વિદ્યાર્થીઓના વિકાસ માટે સહાયક વાતાવરણ બનાવે છે. VII. ટેક્નોલૉજીકલ એડવાન્સમેન્ટ્સ માટે અનુકૂલન 7.1. ટેક્નોલૉજી એકીકરણ ડિજિટલ યુગમાં, શિક્ષકો શીખવાના અનુભવોને વધારવા માટે તકનીકી પ્રગતિ સાથે અનુકૂલન કરે છે. તેઓ ડિજિટલ સાધનો અને ઓનલાઇનનો સમાવેશ કરે છે શિક્ષણને વધુ આકર્ષક અને વિદ્યાર્થીઓની વિકસતી જરૂરિયાતોને અનુરૂપ બનાવવા માટેના સંસાધનો. 7.2. ડિજિટલ સાક્ષરતા શિક્ષકો ડિજિટલ સાક્ષરતા કૌશલ્યો પણ પ્રદાન કરે છે, તે સુનિશ્ચિત કરે છે કે વિદ્યાર્થીઓ ડિજિટલ લેન્ડસ્કેપને જવાબદારીપૂર્વક અને અસરકારક રીતે નેવિગેટ કરવા માટે તૈયાર છે, તેમને ઓનલાઇન ધમકીઓથી સુરક્ષિત કરે છે. VIII. પડકારોનો સામનો કરવો 8.1. શિક્ષક બર્નઆઉટ જ્યારે શિક્ષકો સમાજમાં નિર્ણાયક ભૂમિકા ભજવે છે, ત્યારે તેઓ મોટાભાગે ભારે વર્કલોડ, અપૂરતા સંસાધનો અને શિક્ષકોની બર્નઆઉટ જેવા પડકારોનો સામનો કરે છે. શિક્ષણ પર તેમની અસરને ટકાવી રાખવા માટે આ મુદ્દાઓને સંબોધિત કરવું મહત્વપૂર્ણ છે. 8.2. શૈક્ષણિક અસમાનતા શિક્ષકો શૈક્ષણિક અસમાનતાના મુદ્દાનો પણ સામનો કરે છે, તમામ વિદ્યાર્થીઓને તેમની સામાજિક-આર્થિક પૃષ્ઠભૂમિને ધ્યાનમાં લીધા વિના ગુણવત્તાયુક્ત શિક્ષણ આપવાનો પ્રયત્ન કરે છે. આ એક સતત પડકાર છે જેને પ્રણાલીગત ઉકેલોની જરૂર છે.

નિષ્કર્ષ :- નિષ્કર્ષમાં, સમાજમાં શિક્ષકોની ભૂમિકા બહુપક્ષીય અને ગહન છે. તેઓ નોલેજ ફેસિલિટેટર, કેરેક્ટર બિલ્ડર અને કોમ્યુનિટી લીડર તરીકે સેવા આપે છે. શિક્ષકો માત્ર વ્યક્તિઓને વિવિધ ક્ષેત્રોમાં સફળતા માટે તૈયાર કરતા નથી પરંતુ સમાજના નૈતિક હોકાયંત્રને પણ આકાર આપે છે અને ભાવિ નેતાઓનું સંવર્ધન કરે છે. સતત બદલાતી દુનિયામાં, શિક્ષકો શિક્ષણનો પાયો અને સારી આવતીકાલના શિલ્પકાર બની રહે છે. સમાજની સતત પ્રગતિ અને સમૃદ્ધિ માટે તેમની મુખ્ય ભૂમિકાને ઓળખવી અને સમર્થન આપવું જરૂરી છે.

12. શિક્ષણમાં ટેક્નોલૉજીનો ઉપયોગ અને મહત્વ

કેટલાક દાયકાઓથી શિક્ષણના લેન્ડસ્કેપને આકાર આપવામાં ટેક્નોલૉજીએ મુખ્ય ભૂમિકા ભજવી છે. શિક્ષણમાં તેનું મહત્વ શિક્ષણના અનુભવને વધારવાથી લઈને શિક્ષણની ઍક્સેસને વિસ્તૃત કરવા સુધીના વિવિધ પરિમાણોમાં સ્પષ્ટ છે. શિક્ષણમાં ટેક્નોલૉજીની ભૂમિકા સંભવતઃ વિકસિત થઈ છે અને આપણે ફક્ત કલ્પના કરી શકીએ છીએ તે રીતે વિસ્તરણ કર્યું છે.

પરિચય :- શિક્ષણ અને ટેક્નોલૉજીનો વિકાસ શિક્ષણ હંમેશાં માનવ સમાજનો પાયો રહ્યો છે, જે વ્યક્તિઓને વ્યક્તિગત અને સામાજિક વિકાસ માટે જરૂરી જ્ઞાન અને કૌશલ્યો પ્રદાન કરે છે. હજારો વર્ષોમાં, શિક્ષણની પદ્ધતિઓ વિકસિત થઈ છે, મૌખિક પરંપરાઓથી લેખિત ગ્રંથો સુધી, એક ઓરડાના શાળાના મકાનોથી લઈને વિશાળ શૈક્ષણિક સંસ્થાઓ સુધી. જો કે, કદાચ શિક્ષણમાં સૌથી વધુ પરિવર્તનકારી પરિવર્તન ટેક્નોલૉજીનું એકીકરણ છે. શિક્ષણમાં ટેક્નોલૉજી એ નવો ખ્યાલ નથી, પરંતુ તે શીખનારાઓ અને શિક્ષકોની બદલાતી જરૂરિયાતોને પહોંચી વળવા માટે સતત વિકસિત અને અનુકૂલિત થઈ છે. 15મી સદીમાં પ્રિન્ટિંગ પ્રેસની શરૂઆતથી લઈને 20મી સદીમાં કોમ્પ્યુટરના

આગમન સુધી, ટેક્નોલૉજી ધીરે ધીરે શૈક્ષણિક લેન્ડસ્કેપનો અભિન્ન ભાગ બની ગઈ છે.

શિક્ષણમાં ટેક્નોલૉજીનું મહત્વ :- એક ઐતિહાસિક પરિપ્રેક્ષ્ય વર્ષ 3000 માં શિક્ષણમાં ટેક્નોલૉજીના મહત્વને સમજવા માટે, તેના ઐતિહાસિક મહત્વને શોધી કાઢવું મહત્વપૂર્ણ છે. ટેક્નોલૉજીએ શિક્ષણમાં સતત આના દ્વારા નિર્ણાયક ભૂમિકા ભજવી છે;

1. જ્ઞાનની ઍક્સેસ વધારવી :- પ્રિન્ટીંગ પ્રેસ, રેડિયો અને ટેલિવિઝન જેવી ટેક્નોલૉજીએ વ્યાપક પ્રેક્ષકો સુધી જ્ઞાનનો પ્રસાર કરવાનું શક્ય બનાવ્યું છે. 3000 માં, અમે માહિતીના પ્રસારણના અદ્યતન સ્વરૂપોની કલ્પના કરી શકીએ છીએ જે ભૌગોલિક સ્થાનને ધ્યાનમાં લીધા વિના શિક્ષણને બધા માટે વધુ સુલભ બનાવે છે.

2. વ્યક્તિગત શિક્ષણને સક્ષમ કરવું :- કોમ્પ્યુટરના આગમન સાથે, શિક્ષણ અનુકૂલનશીલ શિક્ષણ પ્રણાલી દ્વારા વધુ વ્યક્તિગત બન્યું. ભવિષ્યમાં, AI-સંચાલિત પ્રણાલીઓ દરેક વિદ્યાર્થીની અનન્ય જરૂરિયાતો અને ક્ષમતાઓને પૂરી કરીને ઉચ્ચ વ્યક્તિગત શિક્ષણ અનુભવો પ્રદાન કરી શકે છે.

3. સહયોગની સુવિધા :- ટેક્નોલોજીએ ઓનલાઇન ફોરમ, વિડિયો કોન્ફરન્સિંગ અને શેર કરેલા દસ્તાવેજો દ્વારા સહયોગી શિક્ષણને સક્ષમ કર્યું છે. ભવિષ્યમાં, વર્ચ્યુઅલ રિયાલિટી (VR) અને ઓગમેન્ટેડ રિયાલિટી (AR) ઇમર્સિવ સહયોગી શિક્ષણ વાતાવરણ બનાવી શકે છે.

4. શિક્ષકોને સશક્તિકરણ :- ટેક્નોલોજીએ શિક્ષકોને આકર્ષક અને અરસપરસ પાઠ બનાવવા માટે સાધનો પ્રદાન કર્યા છે. 3000 માં, AI-સંચાલિત શિક્ષણ સહાયકો શિક્ષકોને અત્યંત અસરકારક પાઠ ડિઝાઈન અને વિતરિત કરવામાં મદદ કરી શકે છે.

5. શૈક્ષણિક સંસાધનોનો વિસ્તરણ :- ઇન્ટરનેટ એ શીખનારાઓ માટે ઓપન એક્સેસ પાઠ્યપુસ્તકોથી લઈને ઓનલાઇન અભ્યાસક્રમો સુધી વિશાળ સંસાધનો ઉપલબ્ધ કરાવ્યા છે. ભવિષ્યમાં, સંસાધનોની વધુ વ્યાપક શ્રેણી, જેમાં AI-જનરેટેડ સામગ્રીનો સમાવેશ થાય છે, તે શીખનારાઓની આંગળીના ટેરવે હોઈ શકે છે. 3000 વર્ષમાં શિક્ષણમાં ટેક્નોલોજીની અસર જેમ જેમ આપણે વર્ષ 3000 તરફ ઝડપથી આગળ વધી રહ્યા છીએ તેમ, શિક્ષણમાં ટેક્નોલોજીનું મહત્વ ઝડપથી વધવાની સંભાવના છે, જે હાલમાં આપણી કલ્પનાની બહાર છે તેવી રીતે શિક્ષણને પ્રભાવિત કરે છે. અહીં કેટલાક સંભવિત

ક્ષેત્રો છે જ્યાં ટેક્નોલૉજી શિક્ષણ પર ઊંડી અસર કરી શકે છે,

1. વર્ચ્યુઅલ રિયાલિટી લર્નિંગ એન્વાયર્નમેન્ટ્સ :- VR ટેક્નોલૉજી વિદ્યાર્થીઓને ઐતિહાસિક ઘટનાઓનું અન્વેષણ કરવા, દૂરના ગ્રહોની મુલાકાત લેવાની અથવા જટિલ વૈજ્ઞાનિક ખ્યાલો સાથે એવી રીતે ક્રિયાપ્રતિક્રિયા કરવાની મંજૂરી આપે છે જે અગાઉ ક્યારેય શક્ય ન હોય તેવી રીતે ઇમર્સિવ શૈક્ષણિક અનુભવો બનાવી શકે છે.

2. AI-સંચાલિત વ્યક્તિગત શિક્ષણ :- અદ્યતન AI અલ્ગોરિધમ્સ સતત વિદ્યાર્થીની પ્રગતિનું મૂલ્યાંકન કરી શકે છે અને અભ્યાસક્રમને વાસ્તવિક સમયમાં અનુકૂલિત કરી શકે છે. વ્યક્તિગતકરણનું આ સ્તર સુનિશ્ચિત કરશે કે દરેક શીખનાર તેમની ક્ષમતાને મહત્તમ કરે.

3. વૈશ્વિક સહયોગ :- અદ્યતન સંચાર તકનીકો વિશ્વભરના વિદ્યાર્થીઓને વૈશ્વિક પરિપ્રેક્ષ્યો અને સાંસ્કૃતિક સમજને પ્રોત્સાહન આપતા, પ્રોજેક્ટ પર એકીકૃત રીતે સહયોગ કરવા સક્ષમ બનાવી શકે છે.

4. AI શિક્ષકો અને ટ્યુટર્સ :- AI-સંચાલિત શિક્ષણ સહાયકો અને ટ્યુટર્સ વિદ્યાર્થીઓને માંગ પર આધાર પૂરો પાડી શકે છે, પ્રશ્નોના જવાબ આપી શકે છે, જટિલ વિષયો સમજાવી શકે છે અને ત્વરિત પ્રતિસાદ આપી શકે છે.

5. ન્યુરોએજ્યુકેશન :- ટેક્નોલૉજી મગજ કેવી રીતે શીખે છે તેની ઊંડી સમજને સક્ષમ કરી શકે છે, જે વિવિધ જરૂરિયાતો ધરાવતા શીખનારાઓ માટે વધુ અસરકારક શિક્ષણ પદ્ધતિઓ અને હસ્તક્ષેપ તરફ દોરી જાય છે.

6. મગજ-કોમ્પ્યુટર ઈન્ટરફેસ :- માનવ મગજ અને કોમ્પ્યુટર વચ્ચેના સીધા જોડાણો શિક્ષણમાં ક્રાંતિ લાવી શકે છે, જે જ્ઞાન અને કૌશલ્યનાં સીધા ટ્રાન્સફરને સક્ષમ બનાવે છે.

7. સસ્ટેનેબલ લર્નિંગ :- આબોહવા પરિવર્તન જેવા વૈશ્વિક પડકારોને પહોંચી વળવામાં ટેક્નોલૉજી નિર્ણાયક ભૂમિકા ભજવી શકે છે. ઇકો-ફ્રેન્ડલી લર્નિંગ પ્લેટફોર્મ અને સિમ્યુલેશન વિદ્યાર્થીઓને ટકાઉપણું અને પર્યાવરણીય કારભારી વિશે શિક્ષિત કરી શકે છે.

8. નૈતિક વિચારણાઓ :- અદ્યતન ટેક્નોલૉજી સાથે, ગોપનીયતા, ડેટા સુરક્ષા અને AI પૂર્વગ્રહ સંબંધિત નૈતિક બાબતો શિક્ષણમાં વધુ મહત્વપૂર્ણ બની જાય છે.

9. સુલભ શિક્ષણ :- અદ્યતન સહાયક તકનીકો વિકલાંગતા ધરાવતી વ્યક્તિઓ માટે શિક્ષણની અપ્રતિમ ઍક્સેસ પ્રદાન કરી શકે છે, જે સર્વસમાવેશકતાને સુનિશ્ચિત કરી શકે છે.

10. મૂલ્યાંકન અને ઓળખપત્ર :- ટેક્નોલૉજી વિદ્યાર્થીઓનું મૂલ્યાંકન કરવામાં આવે છે અને ઓળખપત્રો એનાયત કરવામાં આવે છે તે રીતે પરિવર્તિત કરી શકે છે, જે સક્ષમતા-આધારિત મૂલ્યાંકન અને બ્લોકચેન-આધારિત ઓળખપત્રો તરફ આગળ વધી શકે છે. શિક્ષણ ટેક્નોલૉજીના ભવિષ્યમાં પડકારો અને વિચારણાઓ જ્યારે શિક્ષણમાં ટેક્નોલૉજીના સંભવિત લાભો પુષ્કળ છે, ત્યારે વર્ષ 3000માં ઉદ્ભવતા પડકારો અને વિચારણાઓને સ્વીકારવી મહત્વપૂર્ણ છે:

1. ડિજિટલ ડિવાઈડ :- અદ્યતન શૈક્ષણિક ટેક્નોલૉજીની સમાન ઍક્સેસને ખાતરી કરવી એ એક નોંધપાત્ર

પડકાર છે, કારણ કે ઍક્સેસમાં અસમાનતા શૈક્ષણિક અસમાનતાને વિસ્તૃત કરી શકે છે.

2. ગોપનીયતા અને સુરક્ષા :- અત્યંત એકબીજા સાથે જોડાયેલા ઉપકરણો અને AI સિસ્ટમ્સની દુનિયામાં વિદ્યાર્થીઓના ડેટા અને ગોપનીયતાની સુરક્ષા સર્વોપરી બની જાય છે.

3. Human-AI બૅલેન્સ :- શિક્ષણમાં માનવ શિક્ષકો અને AI સિસ્ટમ વચ્ચે યોગ્ય સંતુલન જાળવવું એ એક જટિલ નૈતિક અને વ્યવહારુ પડકાર છે.

4. વિકાસશીલ શિક્ષણશાસ્ત્ર :- શિક્ષકો અને શિક્ષકોએ નવી શિક્ષણશાસ્ત્રની પદ્ધતિઓ સાથે અનુકૂલન કરવું જોઈએ અને ઉભરતી તકનીકોની સંપૂર્ણ સંભાવનાનો ઉપયોગ કરવા માટે તેમની કુશળતાને સતત અપડેટ કરવી જોઈએ.

5. નૈતિક AI :- એ સુનિશ્ચિત કરવું કે શિક્ષણમાં વપરાતી AI પ્રણાલીઓ વાજબી, નિષ્પક્ષ અને પારદર્શક છે તે હાલના પૂર્વગ્રહો અને અસમાનતાઓને વધુ મજબૂત અટકાવવા માટે જરૂરી છે.

નિષ્કર્ષ: શિક્ષણમાં ટેક્નોલૉજીની અનંત સંભાવના શિક્ષણમાં ટેક્નોલૉજીનું મહત્વ એ સમય અને અવકાશને ઓળંગી રહેલી નિરંતર વિકસતી વિભાવના છે. જેમ જેમ આપણે વર્ષ 3000 માં તેના મહત્વનો વિચાર કરીએ છીએ, તેમ આપણે એક ભવિષ્ય જોઈ શકીએ છીએ જ્યાં ટેક્નોલૉજી અભૂતપૂર્વ રીતે શીખનારાઓને સશક્ત બનાવે છે, શિક્ષણમાં આવતા અવરોધોને તોડી નાખે છે અને નવી શક્યતાઓ માટે દરવાજા ખોલે છે. જો કે, આ ભવિષ્ય નૈતિક, સામાજિક અને વ્યવહારુ વિચારણાઓ સાથે પણ આવે છે જે શિક્ષણમાં ટેક્નોલૉજીના લાભો સમગ્ર માનવતા માટે સાકાર થાય તે સુનિશ્ચિત કરવા માટે ધ્યાન આપવું આવશ્યક છે.

13. બાળકોના શૈક્ષણિક વિકાસમાં માતપિતા અને શિક્ષકોની ભૂમિકા

"Parents are first teachers and teachers are second parents."

બાળકના શૈક્ષણિક વિકાસમાં શિક્ષકો અને માતાપિતાની ભૂમિકા નિર્ણાયક અને બહુપક્ષીય છે.

શિક્ષકોની ભૂમિકા :

1. કન્ટેન્ટ ડિલિવરી : શિક્ષકો જ્ઞાન આપવા અને અભ્યાસક્રમ પહોંચાડવા માટે જવાબદાર છે. તેઓએ ખાતરી કરવી જોઈએ કે સમજણની સુવિધા માટે સામગ્રી સ્પષ્ટ અને આકર્ષક રીતે રજૂ કરવામાં આવી છે.

2. મૂલ્યાંકન : શિક્ષકો અસાઇનમેન્ટ, પરીક્ષણો અને પરીક્ષાઓ દ્વારા વિદ્યાર્થીઓની પ્રગતિનું મૂલ્યાંકન કરે છે. વિદ્યાર્થીઓને તેમની શક્તિઓ અને સુધારણા માટેના ક્ષેત્રોને ઓળખવામાં મદદ કરવા માટે તેઓએ રચનાત્મક પ્રતિસાદ આપવો જોઈએ.

3. વ્યક્તિગત સૂચના : દરેક વિદ્યાર્થી અલગ-અલગ રીતે શીખે છે તે ઓળખીને, શિક્ષકોએ વિવિધ પ્રકારની શીખવાની શૈલીઓ અને ક્ષમતાઓને પૂરી કરવા માટે તેમની શિક્ષણ પદ્ધતિને અનુકૂલિત કરવી જોઈએ.

4. ક્લાસરૂમ મેનેજમેન્ટ : શીખવાનું અનુકૂળ વાતાવરણ જાળવવું મહત્વપૂર્ણ છે. શિક્ષકોએ વર્ગખંડની વર્તણૂકનું સંચાલન કરવું જોઈએ, શિસ્તની ખાતરી કરવી જોઈએ અને આદરપૂર્ણ વાતાવરણને પ્રોત્સાહન આપવું જોઈએ.

5. અભ્યાસક્રમ વિકાસ : શિક્ષકો ઘણીવાર અભ્યાસક્રમની રચનામાં અભિપ્રાય ધરાવે છે અને શૈક્ષણિક ધોરણો સાથે સુસંગત અને સંરેખિત રહેવા માટે સામગ્રીને અપડેટ કરવી જોઈએ.

6. માર્ગદર્શન : તેઓ માર્ગદર્શક તરીકે સેવા આપે છે, વિદ્યાર્થીઓને તેમના શૈક્ષણિક અને વ્યક્તિગત વિકાસમાં માર્ગદર્શન અને સહાય પૂરી પાડે છે.

7. રોલ મૉડલ્સ : શિક્ષકો રોલ મૉડેલ તરીકે કામ કરે છે, મૂલ્યો, નૈતિક્તા અને શીખવાની જુસ્સો દર્શાવે છે જે વિદ્યાર્થીઓને પ્રેરણા આપી શકે છે.

માતાપિતાની ભૂમિકા :-

1. પ્રારંભિક બાળપણનો વિકાસ : માતા-પિતા શીખવા, વાંચન અને શોધખોળ માટેના પ્રેમને ઉત્તેજન આપીને બાળકના પ્રારંભિક શિક્ષણમાં નોંધપાત્ર ભૂમિકા ભજવે છે.

2. ઘરનું વાતાવરણ : તેઓ ઘરનું અનુકૂળ વાતાવરણ બનાવે છે જે અભ્યાસને પ્રોત્સાહિત કરે છે, જરૂરી સંસાધનો પૂરા પાડે છે અને વિક્ષેપોને ઘટાડે છે.

3. સપોર્ટ અને પ્રોત્સાહન : માતાપિતાએ તેમના બાળકોને હોમવર્ક, પ્રોજેક્ટ અને પ્રોત્સાહક પ્રશ્નોમાં મદદ કરીને શૈક્ષણિક રીતે ટેકો આપવો જોઈએ.

4. સંચાર : શિક્ષકો સાથે નિયમિત સંચાર માતાપિતાને તેમના બાળકની પ્રગતિ અને ઉદ્દભવતી કોઈપણ ચિંતાઓ વિશે માહિતગાર રહેવામાં મદદ કરે છે.

5. અપેક્ષાઓ સેટ કરવી : માતાપિતા તેમના બાળકોમાં જવાબદારી અને પ્રેરણાની ભાવનાને પ્રોત્સાહન

આપીને શૈક્ષણિક અપેક્ષાઓ અને લક્ષ્યો નક્કી કરી શકે છે.

6. અસાધારણ પ્રવૃત્તિઓ : રમતગમત, કલા અથવા ક્લબ જેવી અભ્યાસેતર પ્રવૃત્તિઓમાં સહભાગિતાને પ્રોત્સાહિત કરવાથી બાળકના સર્વાંગી વિકાસમાં વધારો થઈ શકે છે.

7. સમસ્યાનું નિરાકરણ : જ્યારે શૈક્ષણિક પડકારો ઉદ્ભવે છે, ત્યારે માતાપિતા ઉકેલો ઓળખવા માટે શિક્ષકો સાથે કામ કરી શકે છે અને જો જરૂરી હોય તો વધારાની સહાય પૂરી પાડી શકે છે.

8. ભાવનાત્મક સમર્થન : ભાવનાત્મક સુખાકારી શૈક્ષણિક સફળતા સાથે ગાઢ રીતે જોડાયેલી છે. માતાપિતાએ ભાવનાત્મક ટેકો આપવો જોઈએ, બાળકોને તણાવ અને ચિંતાનું સંચાલન કરવામાં મદદ કરવી જોઈએ.

શિક્ષકો અને માતાપિતા વચ્ચેનો સહયોગ : બાળકના શૈક્ષણિક વિકાસ માટે શિક્ષકો અને માતા-પિતા વચ્ચેનો સહયોગ મહત્વપૂર્ણ છે,

જી.એસ. દેધરોટિયા 'ગુલામ'

1. **ખુલ્લો સંદેશાવ્યવહાર :** બાળકની પ્રગતિ, શક્તિઓ અને સુધારણાની જરૂર હોય તેવા ક્ષેત્રો વિશે નિયમિતપણે માહિતી શેર કરવાથી તેમના વિકાસ માટે સર્વગ્રાહી અભિગમ સુનિશ્ચિત થાય છે.

2. **માતા-પિતા-શિક્ષક પરિષદો :** આ બેઠકો બાળકની શૈક્ષણિક અને સામાજિક પ્રગતિ વિશે ચર્ચા કરવાની અને પરસ્પર લક્ષ્યો નક્કી કરવાની તક પૂરી પાડે છે.

3. **સમસ્યાનું નિરાકરણ :** જ્યારે પડકારો ઊભા થાય છે, ત્યારે શિક્ષકો અને માતા-પિતા અસરકારક ઉકેલો શોધવા માટે સાથે મળીને કામ કરી શકે છે, જેમ કે વધારાના સંસાધનો અથવા વિશિષ્ટ સમર્થન.

4. **સંગતતા :** ઘર અને શાળા વચ્ચે અપેક્ષાઓ અને અભિગમો સુસંગત છે તેની ખાતરી કરવી બાળક માટે સ્થિરતા બનાવે છે.

5. **સિદ્ધિઓની ઉજવણી :** શિક્ષકો અને માતા-પિતા બંનેએ બાળકની શૈક્ષણિક સફળતાની ઉજવણી

તેમના આત્મવિશ્વાસ અને પ્રેરણાને વધારવા માટે કરવી જોઈએ. નિષ્કર્ષમાં, બાળકના શૈક્ષણિક વિકાસમાં શિક્ષકો અને માતાપિતાની ભૂમિકા પૂરક છે. શિક્ષકો ઔપચારિક શિક્ષણ માટે જવાબદાર હોય છે, જ્યારે માતાપિતા નિર્ણાયક ટેકો, માર્ગદર્શન અને સંવર્ધન વાતાવરણ પૂરું પાડે છે. સાથે મળીને, તેઓ એક મજબૂત ભાગીદારી બનાવે છે જે બાળકની જીવનભરની શીખવાની મુસાફરીને નોંધપાત્ર રીતે પ્રભાવિત કરી શકે છે.

14. યુવાનોમાં વધતા આપઘાતના બનાવો કઈ રીતે રોકી શકાય

યુવાનો, ખાસ કરીને વિદ્યાર્થીઓમાં આત્મહત્યા અટકાવવી એ એક જટિલ અને બહુપક્ષીય મુદ્દો છે જેના માટે વ્યાપક અભિગમની જરૂર છે. જે વ્યાપક આત્મહત્યા નિવારણ યોજનાનો ભાગ હોઈ શકે. આજકાલ આવી ઘટનાઓ દિનપ્રતિદિન વધતી જાય છે. તેના માટે કોઈ એકજ કારણ જવાબદાર હોતું નથી પરંતુ તેના માટે પારિવારિક, સામાજિક, આર્થિક તેમજ અન્ય કારણો પણ અભ્યાસ કરીએ તો ખ્યાલ આવે કે આપઘાત પાછળ કયા પરિબળો જવાબદાર છે. દરેક યુવાનો ને ભિન્ન ભિન્ન સમસ્યાઓ હોય છે અને તેમાંથી જ્યારે બહાર આવવા માટે પ્રયાસ કરે અને તેમાં નિષ્ફળતા મેળવીને હતાશા અનુભવે છે જેને તે સહન કરી શકતો નથી અને તેની પાસે કોઈ વિકલ્પ નથી બચતો ત્યારે આ દિશામાં પગલું ભરી દે છે.

પરિચય :- આત્મહત્યા એ જાહેર આરોગ્યની નોંધપાત્ર ચિંતા છે અને વિદ્યાર્થીઓ સહિત યુવાનો ખાસ કરીને સંવેદનશીલ હોય છે. આ મુદ્દાને અસરકારક રીતે ઉકેલવા માટે, એક સર્વગ્રાહી અભિગમ કે જે જાગૃતિ, શિક્ષણ, સમર્થન અને નીતિ ફેરફારોને જોડે તે જરૂરી છે.

1. જાગરૂકતા વધારો અને કલંક ઓછું કરો :- શિક્ષણ અને જાગૃતિ કાર્યક્રમો: શાળાઓ, કૉલેજો અને સમુદાયોએ વિદ્યાર્થીઓ અને વ્યાપક સમુદાયને આત્મહત્યાના જોખમના પરિબળો, ચેતવણીના સંકેતો અને ઉપલબ્ધ સંસાધનો વિશે શિક્ષિત કરવા જાગૃતિ કાર્યક્રમો અમલમાં મૂકવા જોઈએ. - માનસિક સ્વાસ્થ્ય પ્રમોશન: માનસિક સ્વાસ્થ્યને એકંદર સુખાકારીના મૂળભૂત પાસાં તરીકે પ્રમોટ કરો, માનસિક સ્વાસ્થ્ય પડકારો માટે મદદ મેળવવા સાથે સંકળાયેલ કલંકને ઓછો કરો.

2. સુલભ માનસિક આરોગ્ય સેવાઓ પ્રદાન કરો - શાળા-આધારિત માનસિક સ્વાસ્થ્ય સેવાઓ :- ખાતરી કરો કે શાળાઓ પાસે ઓન-સાઇટ માનસિક સ્વાસ્થ્ય વ્યાવસાયિક છે અથવા વિદ્યાર્થીઓ માટે સુલભ સેવાઓ પ્રદાન કરવા માટે સ્થાનિક માનસિક આરોગ્ય સંસ્થાઓ સાથે ભાગીદારી છે. કટોકટી હેલ્પલાઇન્સ અને ટેક્સ્ટ સેવાઓ: કટોકટી હેલ્પલાઇન્સ અને ટેક્સ્ટ સેવાઓનો પ્રચાર અને પ્રચાર કરો કે જે વિદ્યાર્થીઓ ગોપનીય રીતે અને નિર્ણય વિના ઍક્સેસ કરી શકે. ટેલિથેરાપી અને ઓનલાઇન સંસાધનો: જેઓ વ્યક્તિગત સેવાઓમાં અસ્વસ્થતા અનુભવતાં હોય તેવા વિદ્યાર્થીઓ સુધી પહોંચવા માટે ટેલિથેરાપી અને ઓનલાઇન માનસિક સ્વાસ્થ્ય સંસાધનોની ઍક્સેસ વિસ્તૃત કરો.

3. તાલીમ શિક્ષકો અને સ્ટાફ - માનસિક સ્વાસ્થ્ય તાલીમ :- વિદ્યાર્થીઓમાં તકલીફના સંકેતોને ઓળખવા અને યોગ્ય રીતે પ્રતિસાદ આપવા માટે શિક્ષકો, શાળાના સ્ટાફ અને સંચાલકો માટે તાલીમ ઓફર કરો. - ગેટકીપરની તાલીમ: શાળાના કર્મચારીઓને દ્વારપાલ બનવાની તાલીમ આપો જે જોખમમાં રહેલા વિદ્યાર્થીઓને ઓળખી શકે અને મદદ કરી શકે.

4. પીઅર સપોર્ટ અને સામાજિક જોડાણને પ્રોત્સાહન આપો- પીઅર સપોર્ટ પ્રોગ્રામ્સ :- પીઅર સપોર્ટ પ્રોગ્રામ્સની સ્થાપના કરો જ્યાં વિદ્યાર્થીઓ એકબીજા સાથે વાત કરી શકે અને એકબીજાને ટેકો આપી શકે, અલગતાની લાગણીઓ ઘટાડે. - ગુંડાગીરી નિવારણ, એક સુરક્ષિત અને વધુ સમાવિષ્ટ શાળા વાતાવરણ બનાવવા માટે ગુંડાગીરી વિરોધી કાર્યક્રમોનો અમલ કરો.

5. સરનામું જોખમ પરિબળો - ઉચ્ચ-જોખમ ધરાવતા વિદ્યાર્થીઓને ઓળખો :- આત્મહત્યા માટે વધુ જોખમ ધરાવતા વિદ્યાર્થીઓને ઓળખવા અને તેનું નિરીક્ષણ કરવા માટે એક સિસ્ટમ વિકસાવો, જેમ કે માનસિક સ્વાસ્થ્ય સમસ્યાઓ અથવા અગાઉના આત્મહત્યાના પ્રયાસોનો ઇતિહાસ ધરાવતા વિદ્યાર્થીઓ. - પદાર્થ

દુરુપયોગ નિવારણ: સામાન્ય જોખમ પરિબળને સંબોધવા માટે પદાર્થના દુરુપયોગ નિવારણ કાર્યક્રમોનો અમલ કરો.

6. માતાપિતા અને કુટુંબની સંડોવણી - માતા-પિતાનું શિક્ષણ :- માતાપિતાને તેમના બાળકોમાં તકલીફના સંકેતો ઓળખવા અને કેવી રીતે મદદ લેવી તે અંગે સંસાધનો અને શિક્ષણ પ્રદાન કરો. - કૌટુંબિક પરામર્શ : માનસિક સ્વાસ્થ્યના પડકારોનો સામનો કરતા પરિવારો માટે કૌટુંબિક કાઉન્સેલિંગ અને સપોર્ટ ઓફર કરો.

7. જવાબદાર મીડિયા રિપોર્ટિંગને પ્રોત્સાહિત કરો - મીડિયા માર્ગદર્શિકા :- ગ્લેમરાઇઝેશન અને ચેપી અસરોને ટાળવા માટે આત્મહત્યા માટે જવાબદાર રિપોર્ટિંગ માર્ગદર્શિકા વિકસાવવા માટે સ્થાનિક મીડિયા આઉટલેટ્સ સાથે કામ કરો.

8. નીતિઓ અને કાયદાનો અમલ કરો - ફરજિયાત રિપોર્ટિંગ :- આપઘાતની ધમકીઓ અથવા યોગ્ય સત્તાવાળાઓને ફરજિયાત અહેવાલ આપવાનો વિચાર કરો. - અગ્નિ હથિયારોનો સુરક્ષિત સંગ્રહ: જોખમી વ્યક્તિઓ માટે એક્સેસ ઘટાડવા માટે હથિયારોના સુરક્ષિત સંગ્રહને પ્રોત્સાહન આપતી નીતિઓનો અમલ કરો. - માનસિક સ્વાસ્થ્ય શિક્ષણની આવશ્યકતાઓ : શાળાઓમાં માનસિક

સ્વાસ્થ્ય શિક્ષણ માટે રાજ્ય અથવા રાષ્ટ્રીય આદેશ માટે વકીલ.

9. સતત મૂલ્યાંકન અને સુધારણા - ડેટા કલેક્શન :- નિવારણના પ્રયાસોની અસરકારકતાનું સતત મૂલ્યાંકન કરવા માટે આત્મહત્યાના દરો, પ્રયાસો અને જોખમી પરિબળો પરના ડેટા એકત્રિત કરો અને તેનું વિશ્લેષણ કરો.

10. અનુકૂલન :- ઉભરતા સંશોધન અને બદલાતા સંજોગોના આધારે નિવારણ વ્યૂહરચનાઓ સ્વીકારવા માટે તૈયાર રહો.

નિષ્કર્ષ :- યુવાનો, ખાસ કરીને વિદ્યાર્થીઓમાં આત્મહત્યા અટકાવવી એ લાંબા ગાળાનો અને બહુપક્ષીય પ્રયાસ છે. તેને શાળાઓ, સમુદાયો, માનસિક સ્વાસ્થ્ય વ્યાવસાયિકો અને નીતિ નિર્માતાઓ વચ્ચે સહયોગની જરૂર છે. જાગૃતિ વધારીને, સુલભ સેવાઓ પૂરી પાડીને, જોખમી પરિબળોને સંબોધીને અને સહાયક વાતાવરણને ઉત્તેજન આપીને, અમે આત્મહત્યાની ઘટનાઓને ઘટાડવા અને યુવાનોના માનસિક સ્વાસ્થ્ય અને સુખાકારીને ટેકો આપવા માટે સાથે મળીને કામ કરી શકીએ છીએ.

15. બે પેઢીઓ વચ્ચેનું અંતર એક ચિંતા અને તે દિશામાં ચિંતન

જનરેશન ગેપ વિવિધ પેઢીઓ વચ્ચેની માન્યતાઓ, મૂલ્યો, વલણો અને જીવનશૈલીના તફાવતોને દર્શાવે છે. આ તફાવતો મોટાભાગે પરિવારો, કાર્યસ્થળો અને સમાજમાં મોટાભાગે ગેરસમજ અને તકરાર તરફ દોરી જાય છે. જનરેશન ગેપના કારણોને સમજવું અને અસરકારક ઉકેલોનો અમલ કરવો એ વિવિધ વય જૂથો વચ્ચે વધુ સારા સંબંધો અને સહયોગને ઉત્તેજન આપવા માટે નિર્ણાયક છે. જનરેશન ગેપના કારણો;

1. તકનીકી પ્રગતિ :- ઝડપી તકનીકી ફેરફારો યુવા પેઢીઓ પર ઊંડી અસર કરે છે, જેઓ સામાન્ય રીતે વધુ ટેક-સેવી હોય છે, જ્યારે જૂની પેઢીઓ ચાલુ રાખવા માટે સંઘર્ષ કરી શકે છે. આ તેઓ જે રીતે વાતચીત કરે છે અને ક્રિયાપ્રતિક્રિયા કરે છે તેમાં અંતર બનાવે છે.

2. સામાજિક અને સાંસ્કૃતિક પરિવર્તનો :- સમાજ સમય સાથે વિકસિત થાય છે, અને દરેક પેઢી તેમના યુગના સાંસ્કૃતિક ધોરણો અને મૂલ્યો દ્વારા આકાર લે છે. આ ફેરફારો લિંગ ભૂમિકાઓ, લગ્ન અને સામાજિક ન્યાય જેવા મુદ્દાઓ પર દ્રષ્ટિકોણમાં તફાવત તરફ દોરી શકે છે.

3. આર્થિક અસમાનતાઓ :- આર્થિક સ્થિતિઓ પેઢીઓમાં બદલાતી રહે છે, જે તેમના નાણાકીય દૃષ્ટિકોણ અને પ્રાથમિકતાઓને અસર કરે છે. યુવા પેઢીઓ વધુ વિદ્યાર્થી લોન દેવું અને હાઉસિંગ ખર્ચનો સામનો કરી શકે છે, જે જૂની પેઢીઓની સરખામણીમાં વિવિધ નાણાકીય લક્ષ્યો અને ચિંતાઓ તરફ દોરી જાય છે.

4. શિક્ષણ અને શીખવાની શૈલીઓ :- વર્ષોથી શૈક્ષણિક પદ્ધતિઓ અને અભિગમો બદલાયા છે, જે વિવિધ પેઢીઓ કેવી રીતે શીખે છે અને કેવી રીતે સમસ્યાનું નિરાકરણ કરે છે તેની અસર કરે છે. આ સમસ્યાનું નિરાકરણ કરવાની વ્યૂહરચના અને સંચાર શૈલીમાં તફાવત તરફ દોરી શકે છે. જનરેશન ગેપને દૂર કરવાના ઉકેલો:

1. ઓપન કોમ્યુનિકેશન :- એકબીજાના પરિપ્રેક્ષ્યો અને અનુભવોને વધુ સારી રીતે સમજવા માટે પેઢીઓ વચ્ચે ખુલ્લી અને પ્રામાણિક ચર્ચાઓને પ્રોત્સાહિત કરો. - નિર્ણય લીધા વિના સક્રિયપણે એકબીજાના દૃષ્ટિકોણને સાંભળો. - વિચારો અને ચિંતાઓ શેર કરવા માટે સુરક્ષિત જગ્યા બનાવો.

2. પરસ્પર આદર :- દરેક પેઢીના અનન્ય અનુભવો અને જ્ઞાન માટે આદરને પ્રોત્સાહન આપો. - ઓળખો કે દરેક પેઢી પાસે ઓફર કરવા માટે કંઈક મૂલ્યવાન છે. - ઉંમરના આધારે ધારણાઓ અથવા સ્ટીરિયોટાઇપ્સ બનાવવાનું ટાળો.

3. શિક્ષણ અને તાલીમ :- પરસ્પર સમજણને પ્રોત્સાહન આપવા માટે કાર્યસ્થળો અને સમુદાયોમાં આંતર-પેઢીના તાલીમ કાર્યક્રમો ઓફર કરો. - જૂની પેઢીઓને નવી ટેક્નોલૉજી વિશે શીખવાની અને યુવા પેઢીને તેમના વડીલોની શાણપણનો લાભ લેવાની તકો પ્રદાન કરો.

4. સહયોગ અને માર્ગદર્શન :- કાર્યસ્થળે ક્રોસ-જનરેશન સહયોગને પ્રોત્સાહિત કરો, જ્યાં નાના કર્મચારીઓ જૂના સાથીદારો પાસેથી શીખી શકે અને તેનાથી વિપરીત. - પેઢીઓ વચ્ચે જ્ઞાન ટ્રાન્સફરની સુવિધા માટે માર્ગદર્શન કાર્યક્રમોની સ્થાપના કરો.

5. સુગમતા અને અનુકૂલન :- નવી ટેક્નોલૉજી અને બદલાતા સામાજિક ધોરણો સાથે અનુકૂલન કરવા તૈયાર રહો. - જનરેશન ગેપને દૂર કરવા માટે

આવશ્યક કૌશલ્યો તરીકે આજીવન શિક્ષણ અને અનુકૂલન ક્ષમતાને સ્વીકારો.

6. કૌટુંબિક બંધન :- કૌટુંબિક બંધનોને મજબૂત કરવા કૌટુંબિક મેળાવડા અને પ્રવૃત્તિઓનું આયોજન કરો. - પેઢીઓ વચ્ચે વાર્તાઓ, પરંપરાઓ અને મૂલ્યો શેર કરવા માટે આ તકોનો ઉપયોગ કરો.

7. મીડિયા સાક્ષરતા :- માહિતી સ્ત્રોતોનું વિવેચનાત્મક મૂલ્યાંકન કરવામાં અને જવાબદારીપૂર્વક ડિજિટલ લેન્ડસ્કેપ નેવિગેટ કરવામાં તમામ ઉંમરના વ્યક્તિઓને મદદ કરવા માટે મીડિયા સાક્ષરતા કૌશલ્યોને પ્રોત્સાહન આપો.

8. સહાનુભૂતિ અને જનરેશન એમ્પાવરમેન્ટ :- વ્યક્તિઓને પોતાને અન્યના પગરખાંમાં મૂકવા અને તેમના દ્રષ્ટિકોણને ધ્યાનમાં લેવાનું કહીને સહાનુભૂતિને પ્રોત્સાહિત કરો. - દરેક પેઢીને સમાજમાં યોગદાન આપવા અને તેમની અનન્ય શક્તિઓને સ્વીકારીને સકારાત્મક પ્રભાવ પાડવા માટે સશક્ત બનાવો.

નિષ્કર્ષ :- જનરેશન ગેપને પૂરો કરવા માટે સંકળાયેલી તમામ પેઢીઓ તરફથી સંકલિત પ્રયાસની જરૂર છે. ખુલ્લા સંદેશાવ્યવહાર, પરસ્પર આદર અને બદલાતા સમય સાથે અનુકૂલન કરવાની ઇચ્છા એ તકરાર ઉકેલવા અને સંવાદિતાને ઉત્તેજન આપવાની ચાવી છે. આ સોલ્યુશન્સનો અમલ કરીને, અમે એક વધુ સમાવિષ્ટ અને સમજદાર સમાજનું નિર્માણ કરી શકીએ છીએ જ્યાં જૂની પેઢીની શાણપણ યુવા પેઢીની નવીનતાઓને પૂરક બનાવે છે, જે બધા માટે ઉજ્જવળ ભવિષ્ય તરફ દોરી જાય છે.

16. યુવા અને ઉચ્ચ શિક્ષણ: ભવિષ્યનું સંવર્ધન

યુવા અને ઉચ્ચ શિક્ષણ એ બે એકબીજા સાથે જોડાયેલા પાસાઓ છે જે સમાજ અને વ્યક્તિઓના ભાવિ પર નોંધપાત્ર અસર કરે છે. આ વ્યાપક અન્વેષણમાં, અમે યુવાનોના જીવનને આકાર આપવામાં અને ભવિષ્યના માર્ગને પ્રભાવિત કરવામાં શિક્ષણની નિર્ણાયક ભૂમિકાનો અભ્યાસ કરીશું. યુવાનોના વિવિધ પરિમાણો, ઉચ્ચ શિક્ષણના વિકસતા લેન્ડસ્કેપ અને ભવિષ્ય પર તેમના સામૂહિક પ્રભાવ પર ધ્યાન કેન્દ્રિત કરીને, અમે આ ગતિશીલ સંબંધની ઊંડી સમજ મેળવવાનું લક્ષ્ય રાખીએ છીએ.

1. યુવાનોનો બદલાતા લેન્ડસ્કેપ –

1. યુવાનોની વ્યાખ્યા યુવાની એ વ્યક્તિગત વૃદ્ધિ, ઓળખ નિર્માણ અને વિકાસ દ્વારા ચિહ્નિત થયેલ સંક્રમણાત્મક તબક્કો છે. તે લગભગ 15 થી 29 વર્ષની વયનાં વ્યક્તિઓને સમાવે છે, જે સમયગાળો ઘણીવાર સંશોધન, શીખવા અને નિર્ણય લેવાની લાક્ષણિકતા ધરાવે છે.

2. યુવાનો દ્વારા સામનો કરવામાં આવતા પડકારો આજના યુવાનો અસંખ્ય પડકારોનો સામનો કરે છે, જેમાં આર્થિક

અનિશ્ચિતતા, માનસિક સ્વાસ્થ્ય સમસ્યાઓ, સોશિયલ મીડિયાનું દબાણ અને આબોહવા પરિવર્તનની ચિંતાનો સમાવેશ થાય છે. આ પડકારો તેમના દ્રષ્ટિકોણ અને પ્રાથમિકતાઓને આકાર આપે છે.

3. યુવા વિકાસમાં શિક્ષણનું મહત્વ યુવાનોના વિકાસમાં શિક્ષણ મુખ્ય ભૂમિકા ભજવે છે. તે તેમને વ્યક્તિગત અને સામાજિક વિકાસ માટે જરૂરી જ્ઞાન, કુશળતા અને મૂલ્યોથી સજ્જ કરે છે. ગુણવત્તાયુક્ત શિક્ષણ યુવાનોને પડકારોનો અસરકારક રીતે સામનો કરવા સક્ષમ બનાવી શકે છે.

2. ઉચ્ચ શિક્ષણની ભૂમિકા :-

1. ઉચ્ચ શિક્ષણની વ્યાખ્યા ઉચ્ચ શિક્ષણ એ માધ્યમિક પછીના શિક્ષણનો સંદર્ભ આપે છે જે યુનિવર્સિટીઓ, કૉલેજો અને વિશિષ્ટ સંસ્થાઓમાં થાય છે. તે ઉદાર કલાથી લઈને તકનીકી ક્ષેત્રો સુધીના વિવિધ કાર્યક્રમો પ્રદાન કરે છે.

2. ઉચ્ચ શિક્ષણનો વિકાસ ઉચ્ચ શિક્ષણનો લેન્ડસ્કેપ સમય જતાં નોંધપાત્ર રીતે વિકસિત થયો છે, જે તકનીકી પ્રગતિ, વૈશ્વિકરણ અને બદલાતી સામાજિક જરૂરિયાતો જેવા

જી.એસ. દેઘરોટિયા 'ગુલામ'

પરિબળોથી પ્રભાવિત છે. પરંપરાગત વ્યાખ્યાન-આધારિત શિક્ષણ પ્રાયોગિક અને ઓનલાઇન શિક્ષણને માર્ગ આપે છે.

3. વ્યક્તિગત અને વ્યાવસાયિક વિકાસ પર ઉચ્ચ શિક્ષણની અસર ઉચ્ચ શિક્ષણ એ વ્યક્તિગત અને વ્યાવસાયિક વિકાસ માટેનું પ્રવેશદ્વાર છે. તે વિશિષ્ટ જ્ઞાન અને કૌશલ્યો પ્રદાન કરે છે, નિર્ણાયક વિચારસરણીને પ્રોત્સાહન આપે છે અને રોજગાર ક્ષમતામાં વધારો કરે છે. ડિગ્રી સ્ટેટસ સિમ્બોલ તરીકે પણ કામ કરે છે.

3. યુવા અને ઉચ્ચ શિક્ષણ વચ્ચેનો આંતરપ્રક્રિયા :-

1. ઉચ્ચ શિક્ષણના સહભાગીઓ તરીકે યુવાનો, યુવાન વ્યક્તિઓ તેમની ક્ષિતિજોને વિસ્તૃત કરવા, તેમના જુસ્સાને અન્વેષણ કરવા અને તેમની કારકિર્દીની સંભાવનાઓ વધારવા માટે ઉચ્ચ શિક્ષણ મેળવે છે. કૉલેજ અથવા યુનિવર્સિટીમાં હાજરી આપવાનો નિર્ણય ઘણીવાર તેમના ભાવિ માર્ગોને વ્યાખ્યાયિત કરે છે.

2. સામાજિક પરિવર્તન માટે ઉત્પ્રેરક તરીકે ઉચ્ચ શિક્ષણ: કૉલેજો અને યુનિવર્સિટીઓ બૌદ્ધિક અને સામાજિક

જોડાણના હબ તરીકે સેવા આપે છે. તેઓ દબાણયુક્ત મુદ્દાઓ પર સંવાદની સુવિધા આપે છે, નાગરિક ભાગીદારીને પ્રોત્સાહિત કરે છે અને યુવાનોમાં સામાજિક જવાબદારીને પ્રોત્સાહન આપે છે.

3. ઉચ્ચ શિક્ષણની પહોંચમાં પડકારો : નાણાકીય અવરોધો, ભેદભાવ અને અપૂરતી ઈન્ફ્રાસ્ટ્રક્ચરને કારણે વિશ્વના ઘણા ભાગોમાં ઉચ્ચ શિક્ષણની સુલભતા એક મુદ્દો છે. સમાન યુવા વિકાસ માટે આ પડકારોનો સામનો કરવો જરૂરી છે.

4. યુવા અને ઉચ્ચ શિક્ષણનું ભવિષ્ય :-

1. ઉચ્ચ શિક્ષણમાં ભાવિ પ્રવાહોની અપેક્ષા ઉચ્ચ શિક્ષણનું ભાવિ સંભવત :- સતત ડિજીટલાઇઝેશન, આજીવન શિક્ષણ પર ધ્યાન કેન્દ્રિત કરવા અને વધુ આંતરશાખાકીય સહયોગ દ્વારા ચિહ્નિત કરવામાં આવશે. અનુકૂલનશીલ શિક્ષણ તકનીકો અને કૃત્રિમ બુદ્ધિ શિક્ષણ અને મૂલ્યાંકનને ફરીથી આકાર આપશે.

2. યુવાનોને અનિશ્ચિત ભવિષ્ય માટે તૈયાર :-ઓટોમેશન અને ક્લાઈમેટ ચેન્જ જેવા ઉભરતા પડકારો સાથે ભવિષ્ય અનિશ્ચિત છે. આ વિકસતા લેન્ડસ્કેપમાં ખીલવા માટે

જરૂરી કૌશલ્યો અને સ્થિતિસ્થાપકતા સાથે યુવાનોને સજ્જ કરવા માટે ઉચ્ચ શિક્ષણે અનુકૂલન કરવું જોઈએ.

3. ભવિષ્ય ઘડવામાં યુવાનોની ભૂમિકા :- યુવાનો ભવિષ્યના નિષ્ક્રિય પ્રાપ્તકર્તા નથી પરંતુ સક્રિય યોગદાન આપનારા છે. તેમની નવીનતા, સક્રિયતા અને યથાસ્થિતિને પડકારવાની ઇચ્છા સકારાત્મક સામાજિક પરિવર્તન તરફ દોરી શકે છે.

5. યુવા અને ઉચ્ચ શિક્ષણ પર વૈશ્વિક પરિપ્રેક્ષ્ય :-

1. શિક્ષણ પ્રણાલીનું તુલનાત્મક વિશ્લેષણ: વિવિધ દેશો યુવા વિકાસ અને ઉચ્ચ શિક્ષણના વિવિધ પાસાઓ પર ભાર મૂકતાં શિક્ષણ પ્રણાલી વૈશ્વિક સ્તરે બદલાય છે. નોર્ડિક દેશો મફત શિક્ષણ અને સામાજિક સમર્થનને પ્રાથમિક્તા આપે છે, જ્યારે યુનાઇટેડ સ્ટેટસ પસંદગીની વિવિધતા પર ધ્યાન કેન્દ્રિત કરે છે.

2. યુવા વિકાસમાં સફળતાની ગાથા :- અમુક દેશોએ પ્રગતિશીલ શિક્ષણ નીતિઓ અને સામાજિક કાર્યક્રમો દ્વારા યુવા વિકાસમાં ઉત્કૃષ્ટ દેખાવ કર્યો છે. ફિનલેન્ડની શિક્ષણ પ્રણાલી, ઉદાહરણ તરીકે, તેની ગુણવત્તા અને સમાનતા માટે ઉજવવામાં આવે છે.

3. વૈશ્વિક યુવા વિકાસમાં પડકારો :- શૈક્ષણિક ગુણવત્તા અને પ્રવેશમાં અસમાનતા વૈશ્વિક સ્તરે યથાવત છે. વિકાસશીલ રાષ્ટ્રો ઘણીવાર પર્યાપ્ત શિક્ષણ પ્રદાન કરવા માટે સંઘર્ષ કરે છે, જ્યારે વિકસિત રાષ્ટ્રો વિદ્યાર્થીઓના દેવા અને માનસિક સ્વાસ્થ્ય સમસ્યાઓથી ઝઝૂમતા હોય છે.

6. યુવા, ઉચ્ચ શિક્ષણ અને સામાજિક આર્થિક અસર :-

1. ઉચ્ચ શિક્ષણના આર્થિક ફાયદા :- ઉચ્ચ શિક્ષણ ઘણીવાર ઉચ્ચ કમાણી ક્ષમતા, સુધારેલી નોકરીની સ્થિરતા અને ઉન્નત આર્થિક ગતિશીલતા સાથે સંકળાયેલું છે. ડિગ્રી ધરાવતી વ્યક્તિઓ પાસે લાંબા ગાળાની નાણાકીય સંભાવનાઓ વધુ સારી હોય છે.

2. ઉચ્ચ શિક્ષણમાં સામાજિક આર્થિક અસમાનતા :- સામાજિક-આર્થિક પૃષ્ઠભૂમિ ઉચ્ચ શિક્ષણની એક્સેસને નોંધપાત્ર રીતે અસર કરી શકે છે. ઓછી આવક ધરાવતા યુવાનોને વધુ અવરોધોનો સામનો કરવો પડે છે, જેમાં ટ્યૂશન ખર્ચ અને પરિક્ષણની તૈયારી માટે સંસાધનોની અછતનો સમાવેશ થાય છે.

3. **સામાજિક ગતિશીલતાના સાધન તરીકે ઉચ્ચ શિક્ષણ :-** ઘણા વંચિત યુવાનો માટે, ઉચ્ચ શિક્ષણ એ ઊર્ધ્વગામી સામાજિક ગતિશીલતાના સાધન તરીકે સેવા આપે છે, જે ગરીબીના ચક્રને તોડીને વધુ સારી તકોના દરવાજા ખોલે છે.

નિષ્કર્ષ :- નિષ્કર્ષમાં, યુવા અને ઉચ્ચ શિક્ષણ વચ્ચેનો સંબંધ એક ગતિશીલ છે જે માત્ર વ્યક્તિગત જીવનને જ નહીં, પરંતુ મોટા પાયે સમાજ અને વિશ્વના ભવિષ્યને પણ આકાર આપે છે. યુવાનો, જેમ કે તેઓ ઉચ્ચ શિક્ષણમાં જોડાય છે, તે માત્ર વિદ્યાર્થીઓ નથી; તેઓ ભાવિ લીડર, ઇનોવેટર્સ અને ચેન્જ મેકર્સ છે. ઉચ્ચ શિક્ષણના વિકસતા લેન્ડસ્કેપને તેમને સતત બદલાતા ભવિષ્ય માટે તૈયાર કરવા માટે અનુકૂળ થવું જોઈએ. શિક્ષણ એ માત્ર રોજગાર મેળવવાનું સાધન નથી પરંતુ શિક્ષણ, વ્યક્તિગત વિકાસ અને સામાજિક સુધારણાની જીવનભરની સફર છે. તેથી, દરેક માટે ગુણવત્તાયુક્ત શિક્ષણમાં રોકાણ કરવું, પૃષ્ઠભૂમિને અનુલક્ષીને, ઉજ્જવળ અને વધુ ન્યાયી ભવિષ્ય બનાવવા માટે નિર્ણાયક છે. જેમ જેમ આપણે આગળ જોઈએ છીએ, ભવિષ્યને ઘડવામાં યુવાનોની ભૂમિકાને ઓછી કરી શકાતી નથી. તેમનો અવાજ, સર્જનાત્મકતા અને સ્થિતિસ્થાપકતા વૈશ્વિક પડકારોને સંબોધવામાં અને વધુ સમાવિષ્ટ, ટકાઉ અને સમૃદ્ધ વિશ્વનું નિર્માણ કરવામાં મુખ્ય ભૂમિકા ભજવશે. આ વ્યાપક અન્વેષણમાં, અમે યુવાનો, ઉચ્ચ શિક્ષણ અને ભવિષ્ય પર તેમની સામૂહિક અસરના વિવિધ

પાસાઓને સ્પર્શ કર્યો છે. જો કે, તે ઓળખવું જરૂરી છે કે આ એક ચાલુ વાતચીત છે. યુવા અને ઉચ્ચ શિક્ષણનું ભાવિ સતત વિકસિત થશે, જે ટેક્નોલૉજીકલ પ્રગતિ, બદલાતી સામાજિક જરૂરિયાતો અને યુવાનોની પોતાની આકાંક્ષાઓ દ્વારા સંચાલિત રહેશે. તેથી, આ નિર્ણાયક સંબંધને સમજવા અને સુધારવાની સફર એવી છે જે આવનારી પેઢીઓ સુધી ચાલુ રહેશે.

17. શિક્ષણ પર સામાજિક વાતાવરણની અસરની

સામાજિક વાતાવરણનો શિક્ષણ પર ઊંડો પ્રભાવ છે. તે સાંસ્કૃતિક, આર્થિક, પારિવારિક અને સામુદાયિક પરિબળોને સમાવે છે જે વિદ્યાર્થીના શૈક્ષણિક અનુભવને આકાર આપે છે. આ અસર હકારાત્મક અને નકારાત્મક બંને હોઈ શકે છે, અને તે ઉચ્ચ શિક્ષણ દ્વારા પ્રારંભિક બાળપણથી વિસ્તરે છે. સામાજિક વાતાવરણ શિક્ષણને પ્રભાવિત કરવાની મુખ્ય રીતોનું અન્વેષણ કરીશું.

• સાંસ્કૃતિક પ્રભાવ :-

1. અભ્યાસક્રમ અને સામગ્રી :- વિદ્યાર્થીઓની સાંસ્કૃતિક પૃષ્ઠભૂમિ અભ્યાસક્રમની સુસંગતતા અને સમાવેશને નોંધપાત્ર રીતે પ્રભાવિત કરી શકે છે. વિવિધ શીખનારાઓને અસરકારક રીતે જોડવા માટે શિક્ષણ સાંસ્કૃતિક રીતે જવાબદાર હોવું જોઈએ.

2. શિક્ષણ શૈલી :- સાંસ્કૃતિક રીતે સંવેદનશીલ શિક્ષણ અભિગમો વધુ સમાવિષ્ટ અને સમાન શિક્ષણ વાતાવરણને પ્રોત્સાહન આપી શકે છે. શિક્ષકોએ શીખવાની શૈલીમાં સાંસ્કૃતિક તફાવતોથી વાકેફ હોવા

જોઈએ અને તે મુજબ તેમની પદ્ધતિઓ સ્વીકારવી જોઈએ.

• આર્થિક પરિબળો :-

1. સંસાધનોની ઍક્સેસ :- સામાજિક આર્થિક સ્થિતિ શૈક્ષણિક સંસાધનોની ઍક્સેસને ખૂબ અસર કરે છે. શ્રીમંત સમુદાયો વધુ સારી રીતે ભંડોળ ધરાવતી શાળાઓ ધરાવે છે, જે વધુ સારી સુવિધાઓ, નાના વર્ગના કદ અને વધુ અભ્યાસેતર તકો તરફ દોરી જાય છે.

2. શૈક્ષણિક અસમાનતા :- ભંડોળ અને સંસાધનોમાં અસમાનતા શૈક્ષણિક અસમાનતાને કાયમી બનાવી શકે છે. ઓછી આવક ધરાવતા વિસ્તારોમાં વિદ્યાર્થીઓને વધુ પડતા વર્ગખંડો અને જૂની સામગ્રીનો સામનો કરવો પડી શકે છે.

• કૌટુંબિક પ્રભાવ :-

1. માતાપિતાની સંડોવણી:- રોકાયેલા માતા-પિતા સાથેનું સહાયક ઘરનું વાતાવરણ બાળકના શિક્ષણ પર હકારાત્મક અસર કરી શકે છે. હોમવર્ક અને શાળાની પ્રવૃત્તિઓમાં

માતા-પિતાની સંડોવણી સુધારેલ શૈક્ષણિક પ્રદર્શન સાથે સંબંધ ધરાવે છે.

2. શિક્ષણ મૂલ્યો :- શિક્ષણ પ્રત્યે પરિવારોનું વલણ અને તેમના બાળકોની શૈક્ષણિક સફળતા માટેની તેમની અપેક્ષાઓ વિદ્યાર્થીની પ્રેરણા અને લક્ષ્યોને નોંધપાત્ર રીતે પ્રભાવિત કરી શકે છે.

• સાથીઓનો પ્રભાવ :-

1. સાથીઓનું દબાણ :-સાથીદારો વિદ્યાર્થીના વર્તન અને શાળા પ્રત્યેના વલણને પ્રભાવિત કરી શકે છે. સકારાત્મક પીઅર સંબંધો શીખવાની પ્રેરણા આપી શકે છે, જ્યારે નકારાત્મક પ્રભાવ છૂટાછેડા તરફ દોરી શકે છે.

2. ફ્રેન્ડશીપ નેટવર્ક :- મિત્રતા શૈક્ષણિક પસંદગીઓને અસર કરી શકે છે, જેમ કે અભ્યાસક્રમની પસંદગી અને અભ્યાસેતર સહભાગિતા.

- સમુદાય સપોર્ટ :-

1. સમુદાય સંસાધનો :- પુસ્તકાલયો, શાળા પછીના કાર્યક્રમો અને માર્ગદર્શકો જેવા સમુદાય સંસાધનોની એક્સેસ વિદ્યાર્થીના શૈક્ષણિક અનુભવને વધારી શકે છે.

2. શાળા-સમુદાય સંબંધો :- શાળાઓ અને સમુદાયો વચ્ચે મજબૂત ભાગીદારી બહેતર શૈક્ષણિક પરિણામો તરફ દોરી શકે છે. સ્થાનિક વ્યવસાયો, સંસ્થાઓ અને નેતાઓ સાથે સહયોગ મૂલ્યવાન સંસાધનો અને સમર્થન પ્રદાન કરી શકે છે.

- ટેક્નોલૉજી અને ડિજિટલ ડિવાઈડ :-

1. ટેક્નોલૉજીની એક્સેસ :- ડિજિટલ વિભાજન, ઘણીવાર સામાજિક-આર્થિક પરિબળો સાથે જોડાયેલું છે, જે વિદ્યાર્થીની શીખવા માટે ઓનલાઇન સંસાધનોને એક્સેસ કરવાની ક્ષમતાને અસર કરી શકે છે. ઇન્ટરનેટ એક્સેસ અથવા ઉપકરણો વગરના વિદ્યાર્થીઓ ટેક્નોલૉજી આધારિત શિક્ષણ સાથે ચાલુ રાખવા માટે સંઘર્ષ કરી શકે છે.

• કટોકટી અને પ્રતિકૂળતા :-

2. **સામાજિક કટોકટી :-** રોગચાળા અથવા કુદરતી આફતો જેવી ઘટનાઓ શિક્ષણને વિક્ષેપિત કરી શકે છે, હાલની અસમાનતાને વધારે છે. સંવેદનશીલ વસ્તીને દુરસ્ત શિક્ષણને ઍક્સેસ કરવામાં વધુ પડકારોનો સામનો કરવો પડી શકે છે.

3. **આઘાત અને માનસિક સ્વાસ્થ્ય :-** પ્રતિકૂળ સામાજિક અનુભવો વિદ્યાર્થીના માનસિક સ્વાસ્થ્યને અસર કરી શકે છે, જે બદલામાં તેમની શીખવાની ક્ષમતાને અસર કરે છે. આ પડકારોનો સામનો કરવા માટે શાળાઓએ સમર્થન અને સંસાધનો પ્રદાન કરવાની જરૂર છે.

• સમાવેશ અને વિવિધતા :-

1. **વિવિધતા અને સમાવેશ :-** વૈવિધ્યસભર સામાજિક વાતાવરણ વિદ્યાર્થીઓને વિવિધ પરિપ્રેક્ષ્યો અને સંસ્કૃતિઓ સાથે ઉજાગર કરીને શૈક્ષણિક અનુભવને સમૃદ્ધ બનાવી શકે છે. સમાવેશી નીતિઓ અને પ્રથાઓ ઇક્વિટી અને સ્વીકૃતિને પ્રોત્સાહન આપે છે. નિષ્કર્ષમાં, સામાજિક વાતાવરણ શિક્ષણને આકાર આપવામાં મુખ્ય ભૂમિકા ભજવે છે. તે કાં તો વિદ્યાર્થીની શીખવાની યાત્રાને

પ્રોત્સાહન આપી શકે છે અથવા અવરોધે છે. આ પ્રભાવોને સ્વીકારવું અને વધુ ન્યાયી અને સહાયક સામાજિક વાતાવરણ બનાવવા માટે કામ કરવું એ તમામ વિદ્યાર્થીઓ માટે શૈક્ષણિક પરિણામોને સુધારવા માટે જરૂરી છે.

18. શિક્ષકોની ગુણવત્તા અને તેની શિક્ષણ પર અસર

શિક્ષકની ગુણવત્તાના મહત્વ, આ પ્રયાસમાં આવતા પડકારો અને શિક્ષકની ગુણવત્તા સુધારવા માટે શિક્ષણ પ્રણાલીના વિવિધ સ્તરે લઈ શકાય તેવા નક્કર આયોજન અને પગલાં લેવામાં આવે તો સીધી અસર શૈક્ષણિક ગુણવત્તા પર થઈ શકે. ગુણવત્તાયુક્ત શિક્ષણ એ દરેક વ્યક્તિનો મૂળભૂત અધિકાર છે, અને આ શિક્ષણ પહોંચાડવામાં શિક્ષકો મુખ્ય ભૂમિકા ભજવે છે. શિક્ષકોની ગુણવત્તા શિક્ષણની ગુણવત્તા પર સીધી અસર કરે છે, જે બદલામાં, સમાજ અને અર્થતંત્રોના ભાવિને અસર કરે છે. તેથી, શિક્ષકોની ગુણવત્તામાં સુધારો કરવો એ સર્વોચ્ચ મહત્વની બાબત છે. શિક્ષકની ગુણવત્તાના મહત્વને સમજવું આ મુદ્દાને વ્યાપક રીતે સંબોધવા માટે, આપણે સૌ પ્રથમ સમજવું જોઈએ કે શિક્ષકની ગુણવત્તા શા માટે ખૂબ મહત્વ ધરાવે છે:

• વિદ્યાર્થી સિદ્ધિઓ : અસંખ્ય અભ્યાસોએ દર્શાવ્યું છે કે અસરકારક શિક્ષકો વિદ્યાર્થીઓની સિદ્ધિને નોંધપાત્ર રીતે પ્રભાવિત કરે છે. ઉચ્ચ-ગુણવત્તાનું શિક્ષણ વિવિધ પૃષ્ઠભૂમિના વિદ્યાર્થીઓ વચ્ચે સિદ્ધિના અંતરને દૂર કરી શકે છે.

• લાંબા ગાળાની અસર : શિક્ષકો માત્ર જ્ઞાન જ આપતા નથી પરંતુ વિદ્યાર્થીઓના મૂલ્યો, વલણ અને પાત્રને પણ આકાર આપે છે. ગુણવત્તાયુક્ત શિક્ષક વિદ્યાર્થીઓને જીવનભર પ્રેરણા અને માર્ગદર્શન આપી શકે છે.

• વૈશ્વિક સ્પર્ધાત્મકતા : વધુને વધુ વૈશ્વિકીકરણની દુનિયામાં, રાષ્ટ્રોને સ્પર્ધાત્મક રહેવા માટે ઉચ્ચ શિક્ષિત કાર્યબળની જરૂર છે. ગુણવત્તાયુક્ત શિક્ષકો આવા કાર્યબળનો પાયો છે. શિક્ષકની ગુણવત્તા સુધારવામાં પડકારો શિક્ષકની ગુણવત્તામાં સુધારો કરવો એ પડકારોથી ભરેલું જટિલ કાર્ય છે. કેટલાક પ્રાથમિક અવરોધોમાં નીચેનાનો સમાવેશ થાય છે;

1. શિક્ષકની ભરતી : શિક્ષણ વ્યવસાયમાં શ્રેષ્ઠ અને તેજસ્વીને આકર્ષિત કરવું મુશ્કેલ હોઈ શકે છે, ખાસ કરીને જ્યારે અન્ય વ્યવસાયો ઉચ્ચ પગાર અને વધુ સારી કાર્યકારી પરિસ્થિતિઓ પ્રદાન કરે છે.

2. શિક્ષક પ્રશિક્ષણ : ઘણા શિક્ષકો વર્ગખંડમાં પ્રવેશતા પહેલા અપૂરતી તાલીમ મેળવે છે, જેના કારણે તેમની શિક્ષણ શાસ્ત્રની કુશળતામાં ખામી સર્જાય છે.

3. રીટેન્શન અને મોટિવેશન : ઉત્કૃષ્ટ શિક્ષકોને જાળવી રાખવા અને તેમની સમગ્ર કારકિર્દી દરમિયાન તેમને

પ્રેરિત રાખવા એ વ્યવસાયની માંગ અને દબાણને ધ્યાનમાં રાખીને એક પડકાર બની શકે છે.

4. વ્યાવસાયિક વિકાસ : શિક્ષકો માટે ચાલુ વ્યાવસાયિક વિકાસની તકો પૂરી પાડવી જરૂરી છે, પરંતુ બજેટની મર્યાદાઓ અને સમય મર્યાદાઓને લીધે તે ઘણી વાર ઓછી પડે છે.

• જવાબદારી : શિક્ષકોનું મૂલ્યાંકન કરવા અને તેમની સર્જનાત્મકતા અને નવીનતાને દબાવ્યા વિના તેમને જવાબદાર રાખવા માટે અસરકારક મિકેનિઝમ્સ વિકસાવવી એ એક નાજુક સંતુલન છે. શિક્ષકની ગુણવત્તા સુધારવા માટેની વ્યૂહરચનાઓ આ પડકારોનો સામનો કરવા અને શિક્ષકની ગુણવત્તા સુધારવા માટે બહુપક્ષીય અભિગમની જરૂર છે.

1. ભરતી અને પસંદગી : સખત શિક્ષક ભરતી પ્રક્રિયાઓનો અમલ કરો જે શિક્ષણ, વિષયની કુશળતા અને મજબૂત સંચાર કૌશલ્ય ધરાવતા ઉમેદવારોની પસંદગી પર ધ્યાન કેન્દ્રિત કરે છે.

2. શિક્ષકની તૈયારી : ભવિષ્યના શિક્ષકોને શિક્ષણ શાસ્ત્ર, વર્ગખંડ વ્યવસ્થાપન અને વિષયના જ્ઞાનની વ્યાપક

તાલીમ મળે તેની ખાતરી કરવા માટે શિક્ષક શિક્ષણ કાર્યક્રમોમાં વધારો કરો.

3. માર્ગદર્શન અને ઇન્ડક્શન : નવા શિક્ષકોને અનુભવી માર્ગદર્શકો સાથે જોડો કે જેઓ તેમના વ્યવસાયમાં શરૂઆતના વર્ષો દરમિયાન માર્ગદર્શન અને સમર્થન આપી શકે.

4. વ્યાવસાયિક વિકાસ : શિક્ષકો માટે ચાલુ વ્યાવસાયિક વિકાસમાં રોકાણ કરો, જેથી તેઓ શ્રેષ્ઠ પ્રથાઓ અને શૈક્ષણિક સંશોધન સાથે વર્તમાનમાં રહી શકે.

5. સ્પર્ધાત્મક વળતર : ક્ષેત્રમાં ટોચની પ્રતિભાને આકર્ષવા અને જાળવી રાખવા માટે શિક્ષકોના પગારમાં વધારો કરો અને પ્રદર્શન-આધારિત પ્રોત્સાહનોને ધ્યાનમાં લો.

6. સહયોગી શિક્ષણ સમુદાયો : વ્યાવસાયિક શિક્ષણ સમુદાયો દ્વારા શિક્ષકો વચ્ચે સહયોગને પ્રોત્સાહિત કરો, જ્યાં તેઓ વિચારો, વ્યૂહરચના અને સંસાધનો શેર કરી શકે.

7. શિક્ષક મૂલ્યાંકન : ન્યાયી અને અર્થપૂર્ણ શિક્ષક મૂલ્યાંકન પ્રણાલીનો વિકાસ કરો જે શિક્ષાત્મક પગલાંને બદલે રચનાત્મક પ્રતિસાદ આપે અને વૃદ્ધિને સમર્થન આપે.

8. શિક્ષક સ્વાયત્તતા : વર્ગખંડમાં નવીનતા અને સર્જનાત્મકતાને ઉત્તેજન આપવા માટે શિક્ષકની સ્વાયત્તતા સાથે જવાબદારીના પગલાંને સંતુલિત કરો.

9. માતાપિતા અને સમુદાયની સંડોવણી : વિદ્યાર્થીઓ અને શિક્ષકો બંને માટે સહાયક વાતાવરણ બનાવવા માટે શિક્ષણ પ્રક્રિયામાં માતાપિતા અને સમુદાયોને જોડો.

• ટેક્નોલૉજી એકીકરણ : શિક્ષણ અને અધ્યયનને વધારવા, શિક્ષકોને સાધનો અને સાધનો પ્રદાન કરવા માટે ટેક્નોલૉજીનો ઉપયોગ કરો વિદ્યાર્થીઓને વધુ સારી રીતે જોડવા માટે સંસાધનો. શૈક્ષણિક નેતૃત્વની ભૂમિકા શાળાના આચાર્યોથી લઈને નીતિ ઘડવૈયાઓ સુધીના તમામ સ્તરે શૈક્ષણિક નેતૃત્વ આ વ્યૂહરચનાઓ અમલમાં મૂકવામાં નિર્ણાયક ભૂમિકા ભજવે છે:

1. આચાર્ય : આચાર્યો અસરકારક સૂચનાત્મક આગેવાનો હોવા જોઈએ જે શિક્ષકોને સમર્થન આપે છે અને તેનું મૂલ્યાંકન કરે છે, સકારાત્મક શાળા સંસ્કૃતિને ઉત્તેજન આપે છે અને શિક્ષણ માટે અનુકૂળ વાતાવરણ બનાવે છે.

2. શિક્ષકો : જેઓ ભાવિ શિક્ષકોને તાલીમ આપવા માટે જવાબદાર છે તેઓએ સંશોધન અને શ્રેષ્ઠ પ્રથાઓ સાથે વર્તમાનમાં રહેવું જોઈએ, શિક્ષક તૈયારી કાર્યક્રમોમાં સતત સુધારો કરવો જોઈએ.

3. નીતિ નિર્માતાઓ : નીતિ નિર્માતાઓએ સમજદારી પૂર્વક સંસાધનોની ફાળવણી કરવી જોઈએ, સહાયક નીતિઓ બનાવવી જોઈએ અને બજેટના નિર્ણયોમાં શિક્ષણને પ્રાથમિક્તા આપવી જોઈએ.

4. સમુદાયના આગેવાનો : સમુદાયના નેતાઓ શિક્ષણની હિમાયત કરી શકે છે, સમુદાયને શાળાઓમાં સામેલ કરી શકે છે અને શિક્ષકની ગુણવત્તા સુધારવા માટેની પહેલને સમર્થન આપી શકે છે. આંતરરાષ્ટ્રીય પરિપ્રેક્ષ્ય વિશ્વભરના સફળ મૉડેલને જોઈને મૂલ્યવાન આંતરદૃષ્ટિ મળી શકે છે. ફિનલેન્ડ અને સિંગાપોર જેવા દેશોએ શિક્ષકોની તાલીમમાં રોકાણ કરીને, શિક્ષણ વ્યવસાયનું મૂલ્યાંકન કરીને અને સતત

સુધારણાની સંસ્કૃતિ બનાવીને ઉચ્ચ-ગુણવત્તાવાળી શિક્ષણ પ્રણાલી હાંસલ કરી છે.

નિષ્કર્ષ : શિક્ષકોની ગુણવત્તામાં સુધારો કરવો એ એક જટિલ, બહુપક્ષીય પ્રયાસ છે જેના માટે શિક્ષકો, નીતિ ઘડવૈયાઓ અને સમુદાયના સંકલિત પ્રયાસની જરૂર છે. જો કે, શિક્ષકની ગુણવત્તામાં રોકાણ કરવાના ફાયદા અમાપ છે. ઉત્કૃષ્ટ શિક્ષકોને આકર્ષિત કરીને, તાલીમ આપીને અને જાળવી રાખીને, અમે વિદ્યાર્થીઓની સિદ્ધિઓને વધારી શકીએ છીએ, એક સ્પર્ધાત્મક કાર્યબળ તૈયાર કરી શકીએ છીએ અને આવનારી પેઢીઓ માટે ઉજ્જવળ ભવિષ્ય બનાવી શકીએ છીએ.

19. આજના શિક્ષણમાં પડકારો અને તેનો ઉકેલ

આજના યુગમાં શિક્ષણ આવશ્યક બની ગયું છે. તે જીવનની પાયાની જરૂરિયાત બની ગઈ છે. વિજ્ઞાન અને ટેક્નોલૉજીના યુગમાં દિનપ્રતિદિન નવીન શોધો થવાના કારણે લોકો જો શિક્ષિત અને જાગૃત હશે તો જ તેની ઓપરેટિંગ સિસ્ટમ સમજી શકશે. બદલાતા સમય સાથે શિક્ષણમાં પણ પરિવર્તન જોવા મળ્યું છે. અનેક આયામ પણ બદલાયા છે. શિક્ષણ એટલું સરળ રહ્યું નથી. નવા નવા વિષયો ઉમેરાતાં અને તેની સુવિધાઓ સાથે તે શિક્ષણ આપવા માટેના સ્કીલ પર્સનની માંગ વધતી જાય છે. શિક્ષણ મેળવનારની સંખ્યામાં વધારો થયો છે જેના કારણે અનેક સમસ્યાઓ અને પડકારોનો સામનો કરવો પડે છે. વિકસિત દેશોમાં આર્થિક સમસ્યાઓ ઓછી છે પરંતુ જે વિકાસશીલ દેશો અથવા અલ્પ વિકસિત દેશોમાં શિક્ષણ આપવા માટે અનેક સમસ્યાઓ ઊભી થઈ છે. સરકાર આ બોજ ઉઠાવવા માટે સક્ષમ નથી એટલે શિક્ષણ માટે ઓછું બજેટ ફાળવવામાં આવે છે જે પૂરતું નથી તેમજ શિક્ષણનું ખાનગીકરણ પણ આજે એક સમસ્યા રૂપ બની ગયું છે. તેમ છતાં પણ શિક્ષણ આવશ્યક હોય કોઈપણ પડકારો હોય તેમ છતાં શિક્ષણ મેળવવા માટે તમામ પ્રયાસ કરી રહ્યા છે અને તેના ઉકેલની દિશામાં આપણે જો આયોજન બદ્ધ આગળ વધીએ તો

આવનાર પેઢીને આ પડકારોની વચ્ચે પણ સારી વ્યવસ્થા ઉભી કરી શકીએ.

• હાલની શૈક્ષણિક વ્યવસ્થામાં પડકારો :

1. શિક્ષણમાં અસમાનતા : શૈક્ષણિક સંસાધનો, ભંડોળ અને તકોમાં અસમાનતા વિદ્યાર્થીઓમાં અસમાન પરિણામો તરફ દોરી શકે છે. ઓછી આવક ધરાવતા વિસ્તારોમાં ઘણીવાર ઓછા સંસાધનો અને અનુભવી શિક્ષકો હોય છે.

2. સ્ટાન્ડર્ડાઇઝ્ડ ટેસ્ટિંગ પ્રેશર : હાઇ-સ્ટેક સ્ટાન્ડર્ડાઇઝ્ડ કસોટીઓ, સર્વગ્રાહી શિક્ષણ અને વિદ્યાર્થીઓના વિકાસની અવગણના કરીને, કસોટીની તૈયારી પર સંકુચિત ધ્યાન કેન્દ્રિત કરી શકે છે.

3. શિક્ષકની ભરતી અને જાળવણી : ગુણવત્તાયુક્ત શિક્ષકોને આકર્ષવા અને જાળવી રાખવા એ એક પડકાર છે, ખાસ કરીને ઓછી સેવા ધરાવતા વિસ્તારોમાં. ઓછો પગાર અને ઉચ્ચ વર્કલોડ પ્રતિભાશાળી વ્યક્તિઓને અધ્યાપન કારકિર્દી બનાવવાથી રોકી શકે છે.

4. ટેક્નોલૉજી એકીકરણ: જ્યારે ટેક્નોલૉજી શિક્ષણ માટે મોટી સંભાવનાઓ પ્રદાન કરે છે, ત્યારે તમામ શાળાઓ પાસે નવીનતમ સાધનોની ઍક્સેસ નથી અને અભ્યાસક્રમમાં ટેક્નોલૉજીને અસરકારક રીતે સંકલિત કરવામાં પડકારોનો સામનો કરવો પડે છે.

5. માનસિક સ્વાસ્થ્ય સમસ્યાઓ : વિદ્યાર્થીઓમાં તણાવ, ચિંતા અને હતાશાના વધતા સ્તરો માટે શાળાઓએ માનસિક સ્વાસ્થ્ય સહાયક સેવાઓ પ્રદાન કરવાની જરૂર છે.

6. અભ્યાસક્રમની સુસંગતતા : અભ્યાસક્રમ હંમેશાં વાસ્તવિક દુનિયાની જરૂરિયાતો સાથે સંરેખિત ન હોઈ શકે, જે વિદ્યાર્થીઓને સ્નાતક થયા પછી જે પડકારોનો સામનો કરવો પડશે તેના માટે તેઓ તૈયાર નથી.

7. ગુંડાગીરી અને સલામતીની ચિંતાઓ : ગુંડાગીરી અને સલામતીના મુદ્દાઓ ચાલુ પડકારો સાથે, સલામત અને સમાવિષ્ટ શિક્ષણ વાતાવરણની ખાતરી કરવી એ પ્રાથમિક્તા છે.

- ઉકેલો :-

1. શિક્ષણ ભંડોળમાં સમાનતા : શૈક્ષણિક ભંડોળની વધુ ન્યાયપૂર્ણ રીતે ફાળવણી કરતી નીતિઓનો અમલ કરો, જેથી વંચિત વિસ્તારોની શાળાઓ તેમને જરૂરી સંસાધનો પ્રાપ્ત કરે તે સુનિશ્ચિત કરો.

2. મૂલ્યાંકન સુધારણા : વિદ્યાર્થીઓની નિર્ણાયક વિચારસરણી, સમસ્યાનું નિરાકરણ અને સર્જનાત્મકતાનું માપન કરતા સર્વગ્રાહી મૂલ્યાંકન તરફ ધ્યાન કેન્દ્રિત કરો.

3. શિક્ષક સમર્થન અને વિકાસn: ઉચ્ચ-ગુણવત્તાવાળા શિક્ષકોને આકર્ષવા અને જાળવી રાખવા માટે વ્યાવસાયિક વિકાસ, સ્પર્ધાત્મક વેતન અને ઘટાડેલા વર્કલોડમાં રોકાણ કરો.

4. ટેક્નોલૉજી ઍક્સેસ : અભ્યાસક્રમમાં તેના અસરકારક એકીકરણને સુનિશ્ચિત કરીને, વિદ્યાર્થીઓ અને શિક્ષકો બંને માટે તકનીકી અને તાલીમની ઍક્સેસ પ્રદાન કરીને ડિજિટલ વિભાજનને પુલ કરો.

5. માનસિક સ્વાસ્થ્ય સેવાઓ: શાળાઓમાં કાઉન્સેલિંગ અને જાગૃતિ કાર્યક્રમો સહિત વ્યાપક માનસિક સ્વાસ્થ્ય સહાયક પ્રણાલીઓ સ્થાપિત કરો.

6. સંબંધિત અભ્યાસક્રમ : નાણાકીય સાક્ષરતા, ડિજિટલ સાક્ષરતા અને વિવેચનાત્મક વિચારસરણી જેવા વિષયોને સમાવીને વાસ્તવિક દુનિયાની કુશળતા અને જરૂરિયાતોને પ્રતિબિંબિત કરવા માટે અભ્યાસક્રમને અપડેટ કરો.

7. સુરક્ષિત શાળા પર્યાવરણ: ગુંડાગીરી વિરોધી કાર્યક્રમોનો અમલ કરો, સલામતીના પગલાં, અને સલામત શિક્ષણ વાતાવરણ સુનિશ્ચિત કરવા માટે સમાવેશીતાની સંસ્કૃતિ બનાવો.

8. માતાપિતા અને સમુદાયની સંલગ્નતા : તેમના બાળકોના શિક્ષણમાં માતા-પિતાની સંડોવણીને પ્રોત્સાહિત કરો અને શાળાઓને સમર્થન આપવા માટે સ્થાનિક સમુદાય સાથે ભાગીદારીને પ્રોત્સાહન આપો.

9. વ્યક્તિગત શિક્ષણ: વ્યક્તિગત શિક્ષણના અભિગમોને અપનાવો જે વિદ્યાર્થીઓની વ્યક્તિગત જરૂરિયાતો અને રુચિઓને પૂર્ણ કરે છે.

10. શિક્ષક સહયોગ: શ્રેષ્ઠ પ્રથાઓ અને નવીન શિક્ષણ પદ્ધતિઓ શેર કરવા માટે શિક્ષકો વચ્ચે સહયોગને પ્રોત્સાહિત કરો. 11. શિક્ષણ નીતિ સુધારણા: શિક્ષણ પ્રણાલીમાં પ્રણાલીગત મુદ્દાઓને ધ્યાનમાં રાખીને ફેરફાર કરવામાં આવે. દરેક રાષ્ટ્ર અને સમાજની સ્થિતિ ભિન્ન ભિન્ન હોય છે જેના કારણે પડકારો પણ ભિન્ન હોઈ શકે. જે જે સાર્વત્રિક સમસ્યાઓ છે તેનો ઉકેલ રાષ્ટ્રીય લેવલે અને સ્થાનિક પડકારો સ્થાનિક રીતે અને સામાજિક રીતે જે પડકારો જો સામાજિક લેવલે સમજીને ઉકેલ લાવવા માટે પ્રયાસ કરવામાં આવે તો ઘણો બધો ફેરફાર લાવી શકાય. માત્ર પડકારો છે અને તેના ઉકેલ માટે જો કોઈ ચોક્કસ પગલાં લેવામાં ન આવે તો સમસ્યા ઉભી જ રહે.

20. સોશિયલ મીડિયાની યુવાનોના શૈક્ષણિક કારકિર્દી પર અસર

આજના આધુનિક યુગમાં યુવાનો અને સોશિયલ મીડિયા નો. અલગ વિચારવું અશક્ય છે. આજે યુવાનો સોશિયલ મીડિયા સાથે એટલા બધા પ્રભાવિત અને સંકળાયેલા છે કે તેઓ એક મિનિટ માટે દૂર કરવા મુશ્કેલ છે. સતત તેના સંપર્કમાં રહીને જીવનનો એક ભાગ બની ગયો છે ત્યારે સ્વાભાવિક છે કે તેની અસર જીવનના અન્ય કામમાં જોવા મળે પરંતુ જો તેનો વિવેકપૂર્ણ ઉપયોગ કરવામાં આવે તો જરૂર ફાયદાકારક સાબિત થાય છે પરંતુ જો તે બિનજરૂરી અને અમર્યાદિત ઉપયોગ અને ટેવના રૂપમાં એક જીવનનું વ્યસન બની જાય તો તેના માઠા પરિણામો ભોગવવા પડે. તેના ઉપયોગ માટે સાવધાની રાખવાની જરૂર છે. યુવાનોની શૈક્ષણિક કારકિર્દી પર સોશિયલ મીડિયાની અસર એ એક જટિલ અને બહુપક્ષીય વિષય છે જેણે તાજેતરના વર્ષોમાં નોંધપાત્ર ધ્યાન મેળવ્યું છે. સોશિયલ મીડિયા યુવાનોના શૈક્ષણિક પ્રદર્શન અને એકંદર શૈક્ષણિક અનુભવને પ્રભાવિત કરી શકે છે. સોશિયલ મીડિયા વિશ્વભરના યુવાનોના રોજિંદા જીવનનો એક અભિન્ન ભાગ બની ગયું છે. સ્માર્ટફોનના પ્રસાર અને ઇન્ટરનેટની સરળ એક્સેસ સાથે, Facebook, Twitter, Instagram અને TikTok જેવા પ્લેટફોર્મ સર્વવ્યાપી બની ગયા છે. જ્યારે સોશિયલ મીડિયા અસંખ્ય લાભો પ્રદાન કરે છે, જેમાં ઉન્નત સંચાર અને નેટવર્કિંગ

તકોનો સમાવેશ થાય છે, તે ઘણા પડકારો પણ રજૂ કરે છે, ખાસ કરીને શૈક્ષણિક વ્યવસાયો પર તેની અસરને લગતા.

• સકારાત્મક અસરો :-

1. માહિતી ઍક્સેસ અને શીખવાની તકો : સોશિયલ મીડિયા માહિતી અને શીખવાના સંસાધનોના મૂલ્યવાન સ્ત્રોત તરીકે સેવા આપી શકે છે. શૈક્ષણિક સામગ્રી અને ટ્યુટોરિયલ્સ YouTube અને LinkedIn જેવા પ્લેટફોર્મ પર વ્યાપકપણે ઉપલબ્ધ છે, જે વિદ્યાર્થીઓને વર્ગખંડની બહાર જ્ઞાન પ્રાપ્ત કરવામાં મદદ કરે છે.

2. કોલાબોરેટિવ લર્નિંગ : રેડિટ અને સ્ટેક એક્સચેન્જ જેવા પ્લેટફોર્મ્સ પર ઓનલાઇન સમુદાયો અને ફોરમ વિદ્યાર્થીઓને સહયોગ કરવા, વિચારો શેર કરવા અને શૈક્ષણિક પડકારોમાં મદદ મેળવવા સક્ષમ બનાવે છે. આ સહયોગી અભિગમ તેમના શીખવાના અનુભવને વધારી શકે છે.

3. નેટવર્કિંગ અને કારકિર્દીની તકો : સોશિયલ મીડિયા પ્લેટફોર્મ વિદ્યાર્થીઓને વ્યાવસાયિકો, સંભવિત માર્ગદર્શકો અને સાથીદારો સાથે જોડાવાની તકો

પ્રદાન કરે છે જેઓ માર્ગદર્શન આપી શકે છે અને
ભવિષ્યની કારકિર્દીની સંભાવનાઓ માટે દરવાજા
ખોલી શકે છે.

4.   જાગૃતિ અને સક્રિયતા: સોશિયલ મીડિયા મહત્વપૂર્ણ
       સામાજિક અને શૈક્ષણિક મુદ્દાઓ વિશે જાગૃતિ લાવી
       શકે છે. તે સામાજિક ન્યાય અને શિક્ષણ સુધારણા
       માટે યુવાનોની આગેવાની હેઠળની ચળવળોને એકત્ર
       કરવામાં મહત્વની ભૂમિકા ભજવી રહી છે.

• નકારાત્મક અસરો :-

1.   વિક્ષેપ અને વિલંબ : સૌથી નોંધપાત્ર ચિંતાઓમાંની
       એક સોશિયલ મીડિયા દ્વારા વિદ્યાર્થીઓને તેમના
       અભ્યાસમાંથી વિચલિત કરવાની સંભાવના છે. સતત
       સૂચનાઓ, સમાચાર ફીડ્સ દ્વારા સ્ક્રોલ કરવું અને
       ઓનલાઇન ચર્ચાઓમાં સામેલ થવાથી ઉત્પાદકતામાં
       ઘટાડો અને વિલંબ થઈ શકે છે.

2.   ઊંઘમાં વિક્ષેપ : સોશિયલ મીડિયાનો વધુ પડતો
       ઉપયોગ, ખાસ કરીને સૂવાનો સમય પહેલાં, ઊંઘની
       પેટર્નને વિક્ષેપિત કરી શકે છે, જે વિદ્યાર્થીની ધ્યાન

કેન્દ્રિત કરવાની અને શૈક્ષણિક રીતે સારું પ્રદર્શન કરવાની ક્ષમતાને અસર કરે છે.

3. સરખામણી અને ચિંતા : સોશિયલ મીડિયા ઘણીવાર લોકોના જીવનનું ક્યુરેટેડ વર્ઝન રજૂ કરે છે, જે વિદ્યાર્થીઓમાં સામાજિક સરખામણી અને અયોગ્યતાની લાગણી તરફ દોરી જાય છે. આ ચિંતામાં ફાળો આપી શકે છે અને તેમના આત્મસન્માન પર નકારાત્મક અસર કરી શકે છે અને અભ્યાસ પર ધ્યાન કેન્દ્રિત કરી શકે છે.

4. સાયબર ધમકી અને માનસિક સ્વાસ્થ્ય : સોશિયલ મીડિયાની અનામી સાયબર ધમકીઓને સરળ બનાવી શકે છે, જે યુવાન વ્યક્તિઓ માટે ગંભીર ભાવનાત્મક અને મનોવૈજ્ઞાનિક પરિણામો લાવી શકે છે. તે ડિપ્રેશન, ચિંતા અને શૈક્ષણિક કામગીરીમાં ઘટાડો તરફ દોરી શકે છે.

• મધ્યસ્થ પરિબળો :-

શૈક્ષણિક કારકિર્દી પર સોશિયલ મીડિયાની અસરની હદને કેટલાક પરિબળો પ્રભાવિત કરી શકે છે:

1. વ્યક્તિગત તફાવતો : બધા વિદ્યાર્થીઓ એક જ રીતે પ્રભાવિત થતા નથી. સોશિયલ મીડિયા અને શિક્ષણવિદોને અસરકારક રીતે સંતુલિત કરવા માટે કેટલાક પાસે વધુ સારી સ્વ-નિયંત્રણ અને સમય વ્યવસ્થાપન કુશળતા હોઈ શકે છે.

2. સામગ્રી અને પ્લેટફોર્મ : વપરાશમાં લેવાયેલ સામગ્રીનો પ્રકાર અને સોશિયલ મીડિયા પ્લેટફોર્મની પસંદગી અનુભવને નોંધપાત્ર રીતે પ્રભાવિત કરી શકે છે. શૈક્ષણિક સામગ્રી વધુ ફાયદાકારક હોઈ શકે છે, જ્યારે વ્યસનકારક અથવા હાનિકારક સામગ્રી હાનિકારક હોઈ શકે છે.

3. માતાપિતાની સંડોવણી : યુવા વ્યક્તિઓને જવાબદારીપૂર્વક સોશિયલ મીડિયા નેવિગેટ કરવામાં મદદ કરવામાં પેરેંટલ માર્ગદર્શન અને દેખરેખ નિર્ણાયક ભૂમિકા ભજવી શકે છે.

4. શૈક્ષણિક સંસ્થાઓ : શાળાઓ અને યુનિવર્સિટીઓ સામાજિક મીડિયાના જવાબદાર ઉપયોગ વિશે જાગૃતિ લાવવા અને પડકારોનો સામનો કરી રહેલા વિદ્યાર્થીઓને સમર્થન આપવા માટે નીતિઓ અને શૈક્ષણિક કાર્યક્રમોનો અમલ કરી શકે છે.

• નકારાત્મક અસરોને ઓછી કરવી :-

શૈક્ષણિક કામગીરી પર સોશિયલ મીડિયાની નકારાત્મક અસરોને ઘટાડવા માટે, ઘણી વ્યૂહરચનાઓનો ઉપયોગ કરી શકાય છે:

1. સમય વ્યવસ્થાપન : વિદ્યાર્થીઓને સોશિયલ મીડિયાના ઉપયોગ અને અભ્યાસ માટે ચોક્કસ સમય નક્કી કરવા પ્રોત્સાહિત કરવાથી તેમને સંતુલન જાળવવામાં મદદ મળી શકે છે.

2. ડિજિટલ ડિટોક્સ : સોશિયલ મીડિયામાંથી સમયાંતરે વિરામ વિક્ષેપ ઘટાડી શકે છે અને શૈક્ષણિક કાર્યો પર ધ્યાન કેન્દ્રિત કરી શકે છે.

3. શૈક્ષણિક પહેલ : શૈક્ષણિક સંસ્થાઓ તેમના અભ્યાસક્રમમાં ડિજિટલ સાક્ષરતા અને જવાબદાર સોશિયલ મીડિયાના ઉપયોગનો સમાવેશ કરી શકે છે.

4. માનસિક સ્વાસ્થ્ય સહાય : શાળાઓ અને યુનિવર્સિટીઓ વિદ્યાર્થીઓને પરામર્શ સેવાઓ પ્રદાન કરી શકે છે સામાજિક મીડિયા સંબંધિત માનસિક સ્વાસ્થ્ય સમસ્યાઓ.

5. માતાપિતાનું માર્ગદર્શન : માતાપિતા નિયમો સ્થાપિત કરી શકે છે અને સોશિયલ મીડિયાના ઉપયોગ અંગે તેમના બાળકો સાથે વાતચીતની ખુલ્લી લાઇન બનાવી શકે છે. યુવાનોની શૈક્ષણિક કારકિર્દી પર સોશિયલ મીડિયાની અસર એ સકારાત્મક અને નકારાત્મક પરિબળોનો જટિલ આંતરપ્રક્રિયા છે. જ્યારે તે શીખવાની, નેટવર્કિંગ અને સક્રિયતા માટેની તકો પ્રદાન કરે છે, ત્યારે તે વિક્ષેપ, માનસિક સ્વાસ્થ્ય અને સાયબર ધમકીઓ સંબંધિત પડકારો પણ રજૂ કરે છે. આખરે, સામાજિક મીડિયા શૈક્ષણિક પ્રદર્શનને કેટલી હદે પ્રભાવિત કરે છે તે વ્યક્તિગત પસંદગીઓ, મધ્યસ્થતા અને સ્થાને રહેલી સપોર્ટ સિસ્ટમ્સ પર આધારિત છે. ડિજિટલ યુગમાં શૈક્ષણિક રીતે શ્રેષ્ઠ બનવા માટે પ્રયત્નશીલ યુવા વ્યક્તિઓ માટે સોશિયલ મીડિયાના ફાયદા અને ખામીઓનું સંતુલન નિર્ણાયક છે.

21. આજના આધુનિક યુગમાં Liberal Arts શિક્ષણ વ્યવસ્થાની જરૂરિયાત

વિશ્વ ઝડપથી બદલાય રહ્યું છે. પ્રત્યેક સેકન્ડ કંઈક નવી શોધ ખોજ સાથે નવા રૂપ ધારણ કરી રહી છે. આજથી દસ વર્ષ પહેલાંનો દરેક ક્ષેત્રે વિચાર કરીએ તો આજે ઘણો મોટો ફેરફાર જોવા મળે છે. કોઈ એવું ક્ષેત્ર ના હશે જ્યાં બદલાવ આવ્યો ન હોય. લોકોના જીવનશૈલી પણ બદલાય ગઈ છે. માનવીનાં રહેઠાણથી માંડીને ખોરાક, પોશાક, ફેશન અને સ્ટાઇલ આ તમામ બાબતોમાં ધરખમ ફેરફાર જોવા મળે છે. નવી જરૂરિયાતો સાથે નવા નવા સંશોધનો જોવા મળી રહ્યા. વળી કોમ્પ્યુટર આવવાને કારણે તેની સાથે સાથે માસ મીડિયા અને સોશિયલ નેટવર્કિંગ સાઇટ્સ આવવાને કારણે દુનિયા ખૂબ નાની અને ઝડપી બદલાય રહી છે. દુનિયાને એક ખૂણે બનતી ઘટના થોડી જ ક્ષણમાં જાણતા અને સમજતા વાર નથી લાગતી. અતિ ઝડપી યુગ માનવીની વ્યસ્તતા, માહિતીનો ખજાનો, વિવિધ સંસાધનો આવી અનેક બાબતોને કારણે દરેક સીમાઓ માનવી ઓળંગી ને આગળ વધી રહ્યો છે. તે કોઈ ચોક્કસ બંધનમાં રહેવું પસંદ કરતો નથી. તે Multi talent અને Multi personality એટલે કે બહુવિધની દિશામાં આગળ વધી રહ્યો છે. તે પોતાને ચોક્કસ બીબામાં ઢળી જવામાં માનતો નથી ત્યારે આવનાર સમયમાં શિક્ષણ ક્ષેત્રે પણ શિક્ષણનું ઉદારીકરણની જરૂરિયાત ઊભી થવા પામી છે ત્યારે આવનાર

સમયમાં Liberal Arts ની જરૂરિયાત ઊભી થશે. દરેક સમાજ અને સરકારે આ દિશામાં ચોક્કસ આયોજન અને જે સંસ્થાઓ આ દિશામાં કામ કરવા માંગે છે તેમને તત્કાલ મંજૂરી આપીને એક મોડેલ Liberal Arts સંસ્થા સ્થાપવા માટે દિશા નિર્દેશ કરી શકાય. વર્તમાન વિશ્વમાં ઉદાર કલાનું મહત્વ એ એક બહુપક્ષીય અને જટિલ વિષય છે જે શિક્ષણ, સમાજ અને અર્થતંત્રના વિવિધ પાસાઓને આવરી લે છે. Liberal Arts ઉદાર કલાના શિક્ષણના મહત્વ અને જરૂરિયાત આવનાર સમય ઉભી થવાની છે ત્યારે આ દિશામાં ચિંતન અને આયોજનની જરૂર છે પરિચય પ્રાચીન ગ્રીસ અને રોમના સમયથી liberal Arts ઉદાર કળાનું શિક્ષણ એ સદીઓથી ઉચ્ચ શિક્ષણનો પાયો રહ્યો છે. તે માનવતા, સામાજિક વિજ્ઞાન, પ્રાકૃતિક વિજ્ઞાન અને કળા સહિત વિવિધ શાખાઓનો સમાવેશ કરે છે. વર્તમાન વિશ્વમાં, ઉદાર કલાના શિક્ષણનું મહત્વ અનેક કારણોસર નિર્વિવાદ પણે સુસંગત રહે છે.

1. સર્વગ્રાહી વિકાસ : Liberal Arts ઉદાર કલાના શિક્ષણના મૂળભૂત પાસાઓમાંનું એક છે તેનું સર્વગ્રાહી વિકાસ પર ધ્યાન. તે એક જ ક્ષેત્રમાં વિશેષ તાલીમથી આગળ વધે છે અને વિદ્યાર્થીઓને વિવિધ વિષયોનું અન્વેષણ કરવા પ્રોત્સાહિત કરે છે. આ અભિગમ વિવેચનાત્મક વિચારસરણી, સર્જનાત્મકતા અને વિશ્વ પર સારી રીતે ગોળાકાર પરિપ્રેક્ષ્યને પ્રોત્સાહન આપે છે. ઝડપી તકનીકી પ્રગતિ અને

જટિલ વૈશ્વિક પડકારો દ્વારા ચિહ્નિત થયેલ યુગમાં, વ્યાપક કૌશલ્ય ધરાવતા વ્યક્તિઓ અનુકૂલન અને વિકાસ માટે વધુ સારી રીતે સજ્જ છે.

2. જટિલ વિચારસરણી અને સમસ્યાનું નિરાકરણ : લિબરલ આર્ટસ શિક્ષણ જટિલ વિચારસરણી અને સમસ્યા હલ કરવાની કુશળતા પર મજબૂત ભાર મૂકે છે. વિદ્યાર્થીઓ સખત વિશ્લેષણ, ચર્ચા અને ચર્ચામાં જોડાય છે, જે આધુનિક સમાજની જટિલતાઓને નેવિગેટ કરવા માટે આવશ્યક ક્ષમતાઓ છે. માહિતીથી ભરપૂર વિશ્વમાં, જ્ઞાનનું મૂલ્યાંકન કરવાની, સંશ્લેષણ કરવાની અને લાગુ કરવાની ક્ષમતા અમૂલ્ય છે.

3. સાંસ્કૃતિક અને વૈશ્વિક જાગૃતિ : વધુને વધુ એકબીજા સાથે જોડાયેલા વિશ્વમાં, વિવિધ સંસ્કૃતિઓ અને વૈશ્વિક મુદ્દાઓને સમજવું મહત્વપૂર્ણ છે. લિબરલ આર્ટસ પ્રોગ્રામ્સ ઘણીવાર નૃવંશશાસ્ત્ર, સમાજશાસ્ત્ર અને વૈશ્વિક અભ્યાસના અભ્યાસક્રમોનો સમાવેશ કરે છે, સાંસ્કૃતિક જાગૃતિ અને વૈશ્વિક નાગરિક્તાની ભાવનાને પ્રોત્સાહન આપે છે. આ પરિપ્રેક્ષ્ય સાથેના સ્નાતકો વિવિધ ટીમો સાથે સહયોગ કરવા અને આબોહવા પરિવર્તન અને સામાજિક અસમાનતા જેવા

વૈશ્વિક પડકારોને સંબોધવા માટે વધુ સારી રીતે સજ્જ છે.

4. પ્રત્યાયન કૌશલ્ય : અસરકારક સંદેશાવ્યવહાર એ લગભગ દરેક ક્ષેત્રમાં સફળતાનો પાયો છે. લિબરલ આર્ટસ એજ્યુકેશન લેખિત અને મૌખિક સંચાર કૌશલ્યો પર ભાર મૂકે છે, તે સુનિશ્ચિત કરે છે કે સ્નાતકો તેમના વિચારો સ્પષ્ટ અને સમજાવટ પૂર્વક વ્યક્ત કરી શકે છે. આ કૌશલ્ય સમૂહ માત્ર વ્યાવસાયિક સંદર્ભોમાં જ નહીં પરંતુ વ્યક્તિગત સંબંધો અને નાગરિક જોડાણમાં પણ મૂલ્યવાન છે.

5. અનુકૂલ ક્ષમતા અને આજીવન શિક્ષણ : વિશ્વ સતત વિકસિત થઈ રહ્યું છે, અને કારકિર્દીના માર્ગો વધુને વધુ અણધારી બની રહ્યા છે. Liberal Arts ઉદાર કળાનું શિક્ષણ વ્યક્તિઓને બદલાતા સંજોગોમાં અનુકૂલન સાધવાની અને જીવનભર નવી કુશળતા શીખવાની ક્ષમતાથી સજ્જ કરે છે. તે શીખવા માટેનો પ્રેમ અને જિજ્ઞાસા કેળવે છે જે વર્ગખંડની બહાર જાય છે.

6. નૈતિક અને નૈતિક મૂલ્યો : લિબરલ આર્ટ પ્રોગ્રામ્સ ઘણીવાર વિદ્યાર્થીઓને નૈતિક્તા, નૈતિક્તા અને સામાજિક મૂલ્યો વિશે ચર્ચામાં જોડે છે. આ સંશોધન વ્યક્તિઓને નૈતિક્તા અને સહાનુભૂતિની મજબૂત ભાવના વિકસાવવામાં મદદ કરે છે, જે જવાબદાર નાગરિક્તા અને નૈતિક નેતૃત્વ માટે આવશ્યક ગુણો છે.

7. નવીનતા અને સાહસિકતા : Liberal Arts ઉદાર કળાના સ્નાતકોમાં વ્યવહારિક કૌશલ્યોનો અભાવ હોવાની ગેરસમજથી વિપરીત, ઘણા સફળ ઉદ્યોગસાહસિકો અને સંશોધકો ઉદાર કલાની પૃષ્ઠભૂમિ ધરાવે છે. સર્જનાત્મક રીતે વિચારવાની ક્ષમતા, દેખીતી રીતે અસંબંધિત વિચારોને જોડવા, અને બહુવિધ ખૂણાઓથી સમસ્યાઓનો સંપર્ક કરવો એ ઉદાર કલાના શિક્ષણની વિશેષતા છે અને ઉદ્યોગસાહસિક પ્રયાસોમાં તેની ખૂબ જ માંગ છે.

8. કારકિર્દી વર્સેટિલિટી : લિબરલ આર્ટસના સ્નાતકો મોટાભાગે વ્યવસાય અને કાયદાથી લઈને શિક્ષણ અને આરોગ્ય સંભાળ સુધીના કારકિર્દીના માર્ગોની વિશાળ શ્રેણીને અનુસરે છે. તેમની વૈવિધ્યતા અને અનુકૂલ ક્ષમતા તેમને વિવિધ ઉદ્યોગોમાં ઇચ્છનીય

ઉમેદવારો બનાવે છે. ઘણા એમ્પ્લોયરો વ્યાપક કૌશલ્ય અને વૈવિધ્યસભર પરિપ્રેક્ષ્યને મહત્વ આપે છે જે ઉદાર કલાના સ્નાતકો ટેબલ પર લાવે છે.

9. નાગરિક સંલગ્નતા અને સામાજિક જવાબદારી : Liberal Arts (ઉદાર કલા) શિક્ષણ નાગરિક જોડાણ અને સામાજિક જવાબદારીને પ્રોત્સાહિત કરે છે. સ્નાતકો તેમના સમુદાયોમાં સક્રિય સહભાગીઓ હોવાની અને સકારાત્મક પરિવર્તનની હિમાયત કરે તેવી શક્યતા વધુ હોય છે. તેઓ સામાજિક મુદ્દાઓનું વિવેચનાત્મક રીતે વિશ્લેષણ કરવા અને અર્થપૂર્ણ ઉકેલોમાં યોગદાન આપવા માટે જ્ઞાન અને કુશળતા ધરાવે છે.

10. સાંસ્કૃતિક સંવર્ધન અને કલાની પ્રશંસા: Liberal Arts ઉદાર કલા શિક્ષણ કળા અને સંસ્કૃતિ માટે પ્રશંસાને પ્રોત્સાહન આપે છે. તે વ્યક્તિઓને ઐતિહાસિક અને સાંસ્કૃતિક સંદર્ભને સમજવામાં મદદ કરે છે કલાત્મક અભિવ્યક્તિઓ, જે તેમના જીવનની ગુણવત્તામાં વધારો કરે છે અને સમગ્ર સમાજને સમૃદ્ધ બનાવે છે.

નિષ્કર્ષ : અનિશ્ચિતતા અને જટિલતા દ્વારા વર્ગીકૃત થયેલ ઝડપથી બદલાતી દુનિયામાં, Liberal Arts ઉદાર કલાના શિક્ષણનું મહત્વ

નિર્વિવાદ છે. તે વ્યક્તિઓને વર્તમાન અને ભવિષ્યના પડકારોને નેવિગેટ કરવા માટે જરૂરી કૌશલ્યો, જ્ઞાન અને પરિપ્રેક્ષ્યથી સજ્જ કરે છે. જ્યારે વિશિષ્ટ શિક્ષણ ચોક્કસ પણે તેનું સ્થાન ધરાવે છે, Liberal Arts ઉદાર કલાના શિક્ષણનો સર્વગ્રાહી અભિગમ વ્યક્તિગત અને સામાજિક વિકાસ માટે મૂલ્યવાન અને સુસંગત પાયો છે. તે વિવેચનાત્મક વિચારસરણી, સર્જનાત્મકતા, સાંસ્કૃતિક જાગૃતિ અને અનુકૂલ ક્ષમતા કેળવે છે, જે તમામ 21મી સદીમાં સફળતા અને સારી રીતે ગોળાકાર નાગરિક્તા માટે જરૂરી લક્ષણો છે.

22. બાળકોના વિકાસમાં "માતા" નું યોગદાન

બાળકના વિકાસમાં માતાની ભૂમિકા બહુપક્ષીય અને નિર્ણાયક છે. માતાઓ તેમના બાળકોના વિકાસ અને સુખાકારીને ઉછેરવામાં, ટેકો આપવા અને આકાર આપવામાં મુખ્ય ભૂમિકા ભજવે છે. તેમનો પ્રભાવ બાળપણથી પુખ્તાવસ્થા સુધી વિસ્તરે છે, જે શારીરિક, ભાવનાત્મક, સામાજિક અને જ્ઞાનાત્મક વિકાસના વિવિધ પાસાઓને અસર કરે છે. બાળકના જીવન માર્ગ અને સમગ્ર વિકાસ પર તેની ઊંડી અસર પર ભાર મૂકે છે.

પરિચય : બાળકના વિકાસમાં માતાની ભૂમિકા સર્વોપરી છે, જે બાળકના વિકાસ માટે પાયો નાખે છે અને તેમના પાત્ર, વર્તન અને માન્યતાઓને આકાર આપે છે. જેમાં સંવર્ધન અને ભાવનાત્મક સમર્થન, શૈક્ષણિક માર્ગદર્શન અને બાળકના સર્વાંગી વિકાસ પર પ્રભાવનો સમાવેશ થાય છે.

I. ભાવનાત્મક અને મનોવૈજ્ઞાનિક વિકાસ :-

1. જોડાણ અને બંધન : માતા સામાન્ય રીતે પ્રાથમિક સંભાળ રાખનાર હોય છે, જે બાળક સાથે પ્રથમ અને સૌથી મૂળભૂત ભાવનાત્મક બંધન બનાવે છે. આ

પ્રારંભિક જોડાણ બાળકના ભાવનાત્મક અને મનોવૈજ્ઞાનિક વિકાસ માટે સ્ટેજ સેટ કરે છે, જીવનભર સંબંધો બનાવવાની તેમની ક્ષમતાને પ્રભાવિત કરે છે.

2. ભાવનાત્મક નિયમન : માતાઓ બાળકોને તેમની લાગણીઓનું નિયમન અને અભિવ્યક્તિ શીખવામાં મદદ કરે છે. ભાવનાત્મક અભિવ્યક્તિ માટે દિલાસો, સુખદાયક અને સલામત જગ્યા પૂરી પાડવા દ્વારા, માતાઓ બાળકોને તેમની લાગણીઓને સમજવામાં અને તેનું સંચાલન કરવામાં મદદ કરે છે, જે ભાવનાત્મક બુદ્ધિ માટે પાયો નાખે છે.

3. આત્મસન્માન અને આત્મવિશ્વાસ : માતાનું પાલન-પોષણ અને સહાયક હાજરી બાળકના આત્મસન્માન અને આત્મવિશ્વાસને વેગ આપે છે. માતા તરફથી સકારાત્મક સમર્થન, પ્રોત્સાહન અને વખાણ બાળકમાં સ્વ-મૂલ્યની ભાવના પેદા કરે છે, તેમને જીવનના પડકારોનો સામનો કરવા માટે સશક્તિકરણ કરે છે.

II. જ્ઞાનાત્મક અને શૈક્ષણિક વિકાસ :-

1. પ્રારંભિક શિક્ષણ અને ભાષા વિકાસ : માતાઓ બાળકના પ્રારંભિક શિક્ષણના અનુભવોમાં મહત્વપૂર્ણ

ભૂમિકા ભજવે છે. ક્રિયાપ્રતિક્રિયાઓ, વાર્તાલાપ અને ભાષાના સંપર્ક દ્વારા, માતા બાળકના ભાષા વિકાસ અને જ્ઞાનાત્મક કૌશલ્યોમાં મદદ કરે છે, જે શૈક્ષણિક સફળતા માટે મંચ સુયોજિત કરે છે.

2.   શૈક્ષણિક માર્ગદર્શન : માતાઓ ઘણીવાર બાળકના પ્રથમ શિક્ષક તરીકે સેવા આપે છે, હોમવર્કમાં મદદ કરે છે, શીખવા માટે પ્રોત્સાહિત કરે છે અને શિક્ષણ પ્રત્યે પ્રેમને ઉત્તેજન આપે છે. બાળકના શૈક્ષણિક કાર્યોમાં તેમની સામેલગીરી અને માર્ગદર્શન તેમની શૈક્ષણિક સિદ્ધિઓ અને આકાંક્ષાઓમાં ફાળો આપે છે.

III. શારીરિક વિકાસ અને સુખાકારી :-

1.   આરોગ્ય અને પોષણ : માતાઓ સામાન્ય રીતે બાળકના પોષણ અને એકંદર આરોગ્ય માટે જવાબદાર હોય છે. તેઓ ખાતરી કરે છે કે બાળકને સંતુલિત આહાર અને યોગ્ય આરોગ્ય સંભાળ મળે છે, જે શારીરિક વૃદ્ધિ, વિકાસ અને બીમારીઓ સામે પ્રતિકાર માટે નિર્ણાયક છે.

2.   સલામતી અને સ્વચ્છતા: માતાઓ બાળકોને આવશ્યક આદતો શીખવે છે જેમ કે વ્યક્તિગત

સ્વચ્છતા, સલામતીની સાવચેતીઓ અને તંદુરસ્ત જીવનશૈલી પસંદગીઓ, બાળકની શારીરિક સુખાકારી અને સલામતીની ખાતરી કરે છે.

IV. સામાજિક અને નૈતિક વિકાસ :-

1. સામાજિક કૌશલ્યો અને સહાનુભૂતિ : માતાઓ બાળકોને સામાજિક ધોરણો, રીતભાત અને શિષ્ટાચારને સમજવામાં માર્ગદર્શન આપે છે, મજબૂત આંતર વ્યક્તિત્વ કૌશલ્યો અને અન્યો પ્રત્યે સહાનુભૂતિના વિકાસની સુવિધા આપે છે.

2. નૈતિક અને મૂલ્ય વિકાસ : માતાઓ તેમના બાળકોમાં આવશ્યક મૂલ્યો અને નૈતિક્તાનો વિકાસ કરે છે, સાચા અને ખોટાની તેમની સમજને આકાર આપે છે. તેઓ વર્તનનું મોડેલ બનાવે છે અને સિદ્ધાંતો શીખવે છે જે બાળકના નૈતિક હોકાયંત્રનો પાયો બને છે.

નિષ્કર્ષ : બાળકના વિકાસમાં માતાની ભૂમિકાને અતિરેક કરી શકાતી નથી. બાળકની શરૂઆતની ક્ષણોથી લઈને પુખ્તાવસ્થા સુધીની તેમની સફર સુધી, માતાનો પ્રભાવ પાયાના અને દૂરગામી હોય છે, જે ભાવનાત્મક, જ્ઞાનાત્મક, શારીરિક અને

સામાજિક વિકાસને અસર કરે છે. સમાજની સુખાકારી અને પ્રગતિ માટે ભાવિ પેઢીના ઉછેર અને ઘડતરમાં માતાઓની મહત્વપૂર્ણ ભૂમિકાને ઓળખવી અને તેની પ્રશંસા કરવી જરૂરી છે.

જ.એસ. દેધરોટિયા 'ગુલામ'

23. વિદ્યાર્થીઓમાં ભાષાકીય કૌશલ્ય વિકાસ કેવી રીતે કરી શકાય

ભાષા એક અણમોલ ભેટ છે. આજે વિશ્વમાં અનેક ભાષાઓનું પ્રયોજન કરવામાં આવે છે. યુગો પહેલા આટલી બધી સમૃદ્ધિ ભાષાઓની ન હતી. જેમ જેમ વિકાસ થાતો ગયો તેમ તેમ વિવિધ ભાષાઓ બોલતી ગઈ. પહેલા લોકો ભાષાને બદલે લોક બોલી એટલે કે સ્થાનિક મર્યાદિત વિસ્તારમાં તેમની વાતચીત માટે વપરાતા કેટલાક સ્થાનિક ઉચ્ચારો. સાથે કામ ચલાવી લેવામાં આવતું હતું. લોકો એક બીજાને સમજી શકે તેટલો વ્યવહાર પૂરતું ચાલી જતું હતું પરંતુ જેમ જેમ શિક્ષણનો વ્યાપ અને વિકાસ થવા લાગ્યો અને નવા નવા પ્રયોગો અને સંશોધન થવા લાગ્યા તેમ તેમ નવા શબ્દો પ્રયોજન કરવામાં આવ્યું. કેટલીક ભાષાઓ લુપ્ત થઈ ગઈ અને કેટલીક નવી ભાષાઓ આવી. મોટાભાગની ભાષાઓમાં વપરાતા શબ્દો એક બીજી ભાષામાં વપરાતા ગયા. કેટલીક માતૃભાષાઓ તો વળી રાષ્ટ્રીય ભાષાઓ તો આંતરરાષ્ટ્રીય ભાષા બોલવા લાગ્યા. કેટલીક બાબતો મર્યાદિત કરીને ભાષાનો ઉપયોગ કરવામાં આવ્યો, આજે અંગ્રેજી ભાષાને આંતરરાષ્ટ્રીય તરીકે સ્વીકારીને વ્યવહાર ચાલે, કેટલાક દેશમાં તેમની રાષ્ટ્રીય ભાષા વડે વહીવટ ચાલે છે, પરંતુ ભાષાની સમૃદ્ધિ હોવી જરૂરી છે. જે વ્યક્તિ વિવિધ ભાષાઓની જાણકારી ધરાવે છે તે ઝડપી અને સારું પ્રત્યાયાન કરી શકે છે. ભાષાના શબ્દો ના ઉચ્ચાર ખૂબજ

128

અગત્યના છે. આજે તો દરેક ભાષાના શબ્દકોશ વિકાસ પામ્યા છે જે ખૂબજ સરળ બની ગયું છે અને આજના કોમ્પ્યુટર અને ડિજિટલ યુગમાં તો કોઈ પણ ભાષા શીખવી સહેલી બની ગયું છે, ટ્રાન્સલેશન સિસ્ટમ પણ એટલું સરળ બની ગયું છે. જો વિદ્યાર્થીઓમાં ભાષાનું કૌશલ્ય શાળા કક્ષાએ વિકસાવવામાં આવે તો તેના માટે શૈક્ષણિક વિકાસમાં ખૂબજ ઝડપ લાવી શકાય. વિદ્યાર્થીઓમાં ભાષાકીય કૌશલ્ય સુધારવામાં વાંચન, લેખન, બોલવા અને સાંભળવામાં નિપુણતા વધારવાનો સમાવેશ થાય છે. આ કેવી રીતે પ્રાપ્ત કરવું તે અંગે અહીં એક વ્યાપક માર્ગદર્શિકા છે:

1.   વાંચન આદતને પ્રોત્સાહિત કરો :- a. વિવિધ વાંચન સામગ્રી પ્રદાન કરો. b સમર્પિત વાંચન સમય અલગ રાખો. c સમજણ વધારવા માટે વાંચનની ચર્ચા કરો.

2.   શબ્દભંડોળ વધારો :- a નિયમિતપણે નવા શબ્દોનો પરિચય આપો. b શબ્દકોશ અને થીસોરસના ઉપયોગને પ્રોત્સાહિત કરો. c શબ્દ રમતો અને પ્રવૃત્તિઓમાં વ્યસ્ત રહો.

3.   લેખન કૌશલ્યોનો વિકાસ કરો :- a વાક્યની યોગ્ય રચના અને વ્યાકરણ શીખવો. b નિયમિત લેખન

કસરતો અને નિબંધો સોંપો. c લેખન સુધારવા માટે રચનાત્મક પ્રતિસાદ આપો.

4. સક્રિય શ્રવણને પ્રોત્સાહન આપો :- a સાંભળવાની સમજ માટે ઓડિયો સંસાધનોનો ઉપયોગ કરો. b પ્રવચનો અથવા ચર્ચા દરમિયાન નોંધ લેવા માટે પ્રોત્સાહિત કરો. c સક્રિય સાંભળવાની કસરતો અને ચર્ચાઓમાં વ્યસ્ત રહો.

5. બોલવાની કુશળતામાં સુધારો :- a જૂથ ચર્ચાઓ અને ચર્ચાઓનું આયોજન કરો. b વિદ્યાર્થીઓને પ્રોજેક્ટ અથવા વિષયો રજૂ કરવા પ્રોત્સાહિત કરો. c ઉચ્ચારણ અને ઉચ્ચારણ પર ધ્યાન આપો.

6. ટેક્નોલૉજીનો ઉપયોગ કરો :- a ભાષા શીખવાની એપ્લિકેશનો અને સોફ્ટવેરને એકીકૃત કરો. b ભાષાની કસરતો અને ઇન્ટરેક્ટિવ લર્નિંગ માટે ઓનલાઇન પ્લેટફોર્મનો ઉપયોગ કરો.

7. સાંસ્કૃતિક નિમજ્જન :- a ભાષા-સંબંધિત સાંસ્કૃતિક કાર્યક્રમોનું આયોજન કરો. b મૂળ બોલનારા અથવા ભાષા સમુદાયો સાથે ક્રિયાપ્રતિક્રિયાને પ્રોત્સાહિત કરો.

c ભાષાના પાઠોમાં સાંસ્કૃતિક પાસાઓનો સમાવેશ કરો.

8. ઇન્ટરેક્ટિવ લેંગ્વેજ ગેમ્સ :- a શબ્દભંડોળ અને વ્યાકરણને મજબૂત કરવા માટે રમતોનો ઉપયોગ કરો. b ભાષા કોયડાઓ, ક્રોસવર્ડ્સ અથવા શબ્દ શોધનો સમાવેશ કરો.

9. સાથીઓનો સહયોગ :- a જૂથ પ્રોજેક્ટ અને પ્રવૃત્તિઓને પ્રોત્સાહન આપો. b એકબીજાના કાર્ય પર પીઅર સમીક્ષા અને પ્રતિસાદને પ્રોત્સાહિત કરો.

10. વ્યક્તિગત શિક્ષણ :- a દરેક વિદ્યાર્થીની શીખવાની શૈલીને ઓળખો અને તે મુજબ શીખવવાની પદ્ધતિઓ અપનાવો. b વધારાની મદદની જરૂર હોય તેવા વિદ્યાર્થીઓ માટે વધારાના સંસાધનો પ્રદાન કરો.

11. નિયમિત મૂલ્યાંકન :- a પ્રગતિનું મૂલ્યાંકન કરવા માટે નિયમિત ક્વિઝ અને પરીક્ષણો કરો. b વિવિધ ભાષાકીય કૌશલ્યોને માપવા માટે વિવિધ આકારણી પદ્ધતિઓનો ઉપયોગ કરો.

12. સર્જનાત્મકતાને પ્રોત્સાહિત કરો :- a સર્જનાત્મક લેખન અને વાર્તા કહેવાની તકો પ્રદાન કરો. b વિદ્યાર્થીઓને તેમની અનન્ય લેખન શૈલી અને અવાજનું અન્વેષણ કરવાની મંજૂરી આપો.

13. વાસ્તવિક જીવનની પરિસ્થિતિઓનો સમાવેશ કરો :- a વાસ્તવિક દુનિયાના દૃશ્યો અને કાર્યોમાં ભાષા શિક્ષણને એકીકૃત કરો. b રોજિંદા વાતચીત અને ક્રિયાપ્રતિક્રિયાઓનું અનુકરણ કરો.

14. સકારાત્મક શિક્ષણ વાતાવરણ કેળવો :- a સહાયક અને સમાવિષ્ટ વર્ગખંડ વાતાવરણને પ્રોત્સાહન આપો. b વિદ્યાર્થીઓને ભૂલો કરવામાં અને તેમની પાસેથી શીખવા માટે આરામ દાયક લાગે તે માટે પ્રોત્સાહિત કરો.

15. માતાપિતાની સંડોવણી :- a માતા-પિતા સાથે ભાષા શીખવાના લક્ષ્યો અને પ્રગતિ વિશે વાતચીત કરો. b માતા-પિતાને ઘરે ભાષાના વિકાસમાં મદદ કરવા પ્રોત્સાહિત કરો.

16. સતત સુધારો :- a વિદ્યાર્થીઓ પાસેથી પ્રતિસાદ મેળવો અને તે મુજબ શિક્ષણ પદ્ધતિઓને સમાયોજિત

કરો. b ભાષા શીખવવાની તકનીકોમાં નવીનતમ પ્રગતિઓ સાથે અપડેટ રહો. આ વ્યૂહરચનાઓને સામેલ કરવાથી વિદ્યાર્થીઓમાં ભાષાકીય કૌશલ્યો નોંધપાત્ર રીતે વધી શકે છે, અસરકારક સંચારને પ્રોત્સાહન મળે છે અને ભાષાઓ પ્રત્યે આજીવન પ્રેમ.

24. શિક્ષક એક બહુવિધ પ્રતિભા જે સમાજનો દિશા નિર્દેશક

શિક્ષકો વ્યક્તિઓને સંવર્ધન અને શિક્ષિત કરીને, જ્ઞાન અને કૌશલ્યો આપીને, વ્યક્તિગત અને સામાજિક વિકાસને પ્રોત્સાહન આપીને અને રાષ્ટ્રના વિકાસમાં યોગદાન આપીને સમાજને આકાર આપવામાં મહત્ત્વની ભૂમિકા ભજવે છે. તેમનું મહત્વ શિક્ષણ, ચારિત્ર્ય ઘડતર, સામાજિક પ્રગતિ અને વિવેચનાત્મક વિચારસરણી અને નવીનતાના સંવર્ધન સહિત વિવિધ પરિમાણોમાં ફેલાયેલું છે. શિક્ષણના ક્ષેત્રમાં, શિક્ષકો શિક્ષણની પ્રાથમિક સુવિધા છે. તેઓ વિદ્યાર્થીઓને શૈક્ષણિક વિષયો દ્વારા માર્ગદર્શન આપે છે, તેમને જટિલ ખ્યાલો સમજવામાં અને આવશ્યક કૌશલ્યો પ્રાપ્ત કરવામાં મદદ કરે છે. તેઓ જે જ્ઞાન અને કુશળતા આપે છે તે વિદ્યાર્થીઓની ભાવિ કારકિર્દીનો પાયો નાખે છે અને સમાજના એકંદર બૌદ્ધિક વિકાસમાં ફાળો આપે છે. વધુમાં, શિક્ષકો વિદ્યાર્થીઓમાં મૂલ્યો, નૈતિક્તા અને નૈતિક્તા કેળવવામાં મહત્વની ભૂમિકા ભજવે છે. તેઓ રોલ મોડેલ તરીકે સેવા આપે છે, ઇચ્છનીય વર્તન અને વલણ દર્શાવે છે, આમ વિદ્યાર્થીઓના પાત્રને આકાર આપે છે અને સામાજિક નૈતિક રચનાને પ્રભાવિત કરે છે. શિક્ષકો ઘણીવાર માર્ગદર્શક તરીકે કાર્ય કરે છે, વિદ્યાર્થીઓને પડકારો નેવિગેટ કરવામાં મદદ કરવા, સ્થિતિસ્થાપકતા અને ભાવનાત્મક બુદ્ધિને પ્રોત્સાહન આપવા માટે

માર્ગદર્શન અને સમર્થન પ્રદાન કરે છે. વ્યક્તિગત અને સામાજિક વિકાસને પ્રોત્સાહન આપવા માટે, શિક્ષકો વિદ્યાર્થીઓના આત્મસન્માન, આત્મવિશ્વાસ અને સામાજિક કૌશલ્યો વધારવામાં નિર્ણાયક ભૂમિકા ભજવે છે. તેઓ વિદ્યાર્થીઓને વિવિધ પરિપ્રેક્ષ્યો સાથે સહયોગ કરવા, વાતચીત કરવા અને સંલગ્ન થવા માટે અનુકૂળ વાતાવરણ બનાવે છે, તેમને સમાજના જવાબદાર અને સક્રિય સભ્યો બનવા માટે તૈયાર કરે છે. શિક્ષકો વિવેચનાત્મક વિચારસરણી, સમસ્યાનું નિરાકરણ અને નવીનતા માટે સક્ષમ પેઢીનું ઉછેર કરીને સામાજિક પ્રગતિમાં પણ યોગદાન આપે છે. સર્જનાત્મક શિક્ષણ પદ્ધતિઓ અને પ્રોત્સાહન દ્વારા, તેઓ વિદ્યાર્થીઓને પરંપરાગત સીમાઓથી આગળ વિચારવાની પ્રેરણા આપે છે, સર્જનાત્મકતા અને પ્રગતિની સંસ્કૃતિને પ્રોત્સાહન આપે છે જે સામાજિક ઉન્નતિ માટે જરૂરી છે. તદુપરાંત, શિક્ષકો તેમના સમુદાયો અને રાષ્ટ્રો માટે સકારાત્મક યોગદાન આપનારા સારી ગોળાકાર નાગરિકોના વિકાસને પ્રભાવિત કરી શકે છે. નાગરિક શિક્ષણ અને જોડાણને પ્રોત્સાહન આપીને, તેઓ જવાબદારી, નાગરિક્તા અને સામાજિક મુદ્દાઓની જાગૃતિની ભાવના કેળવે છે, વિદ્યાર્થીઓને સામાજિક વિકાસમાં સક્રિયપણે ભાગ લેવા અને સામાન્ય ભલાઈમાં યોગદાન આપવા પ્રોત્સાહિત કરે છે. નિષ્કર્ષમાં, સમાજમાં શિક્ષકોનું મહત્વ વધારે પડતું દર્શાવી શકાય નહીં. તેમની ભૂમિકા વર્ગખંડથી ઘણી આગળ વિસ્તરે છે, જે શિક્ષણ, પાત્ર, સામાજિક પ્રગતિ, આલોચનાત્મક વિચારસરણી, નવીનતા અને વ્યક્તિઓ અને સમુદાયોની એકંદર સુખાકારીને અસર કરે છે.

શિક્ષકોની નિર્ણાયક ભૂમિકાને ઓળખવી અને તેનું સમર્થન કરવું એ સમાજની પ્રગતિ અને ભાવિ પેઢીના વિકાસ માટે મહત્વપૂર્ણ છે.

25. જીવનમાં સ્વચ્છતાનું મહત્વ

સ્વચ્છતા એ માનવ જીવનનું એક મૂળભૂત પાસું છે, જે એકંદર સુખાકારી અને સામાજિક પ્રગતિમાં ફાળો આપે છે. તેમાં વ્યક્તિગત સ્વચ્છતા, પર્યાવરણીય સ્વચ્છતા અને સ્વચ્છતાનો સમાવેશ થાય છે. સ્વસ્થ, શિસ્તબદ્ધ અને પર્યાવરણ પ્રત્યે સભાન સમાજ કેળવવા માટે વિદ્યાર્થીઓ અને અન્ય લોકોને સ્વચ્છતા શીખવવી મહત્વપૂર્ણ છે. સ્વચ્છતાના મહત્વ, વિદ્યાર્થીઓ અને વ્યાપક સમુદાયને તે શીખવવા માટેની વ્યૂહરચનાઓ અને વ્યક્તિઓ અને સમાજ પર તેની દૂરગામી અસરો પડે છે. શારીરિક અને માનસિક સ્વાસ્થ્યને પ્રોત્સાહન આપવામાં સ્વચ્છતા મુખ્ય ભૂમિકા ભજવે છે. વ્યક્તિગત સ્વચ્છતા જાળવવી, જેમ કે નિયમિત સ્નાન કરવું, દાંત સાફ કરવું અને હાથ ધોવા, રોગોને રોકવામાં મદદ કરે છે અને તાજગી અને આત્મવિશ્વાસની ભાવનાને પ્રોત્સાહન આપે છે. તેવી જ રીતે, સ્વચ્છ વાતાવરણ હાનિકારક પેથોજેન્સના સંપર્કમાં ઘટાડો કરીને ચેપ અને રોગોના જોખમને ઘટાડે છે. વધુમાં, સ્વચ્છતા આપણા ઘરો, શાળાઓ, કાર્યસ્થળો અને જાહેર જગ્યાઓ સહિત આપણે જે વાતાવરણમાં રહીએ છીએ ત્યાં સુધી વિસ્તરે છે. આ જગ્યાઓને સ્વચ્છ રાખવાથી માત્ર સૌંદર્ય શાસ્ત્રમાં વધારો થતો નથી પરંતુ હકારાત્મક વાતાવરણને પણ પ્રોત્સાહન મળે છે, જે ઉત્પાદકતા, શિક્ષણ અને એકંદર સુખાકારી માટે અનુકૂળ છે. તે આપણી જાત માટે, અન્ય લોકો અને પર્યાવરણ પ્રત્યેના આદરને પ્રતિબિંબિત કરે છે.

સ્વચ્છતા શીખવવાનો એક માર્ગ શિક્ષણ દ્વારા છે. વિદ્યાર્થીઓમાં મૂલ્યો અને વર્તણૂકો કેળવવામાં શાળાઓ મહત્વની ભૂમિકા ભજવે છે. અભ્યાસક્રમ અને દિનચર્યાઓમાં સ્વચ્છતાનો સમાવેશ વિદ્યાર્થીઓને તેનું મહત્વ સમજવામાં મદદ કરી શકે છે. પ્રાયોગિક નિદર્શન, અરસપરસ સત્રો અને જાગૃતિ ઝુંબેશ સ્વચ્છતા અને આરોગ્ય વચ્ચેનો સીધો સંબંધ સ્પષ્ટ કરી શકે છે. વધુમાં, સ્વચ્છતા અભિયાનો, સમુદાય સેવા અને પર્યાવરણીય પહેલમાં વિદ્યાર્થીઓને સામેલ કરવાથી તેઓને તેમની આસપાસની જવાબદારી લેવાનું સશક્ત બને છે. આ પ્રવૃત્તિઓ હાથ પરના અનુભવો પ્રદાન કરે છે અને માલિકી અને જવાબદારીની ભાવનાને ઉત્તેજન આપતા, સ્વચ્છતા પ્રયાસોની તાત્કાલિક અસર જોવા માટે સક્ષમ બનાવે છે. સ્વચ્છતાના મૂલ્યો આપવા માટે માતાપિતાનું માર્ગદર્શન પણ એટલું જ જરૂરી છે. માતાપિતા બાળકો માટે પ્રાથમિક રોલ મોડેલ તરીકે સેવા આપે છે, તેમના વલણ અને ટેવોને આકાર આપે છે. સતત મજબૂતીકરણ દ્વારા સ્વચ્છતાને પ્રોત્સાહિત કરવા, વ્યક્તિગત સ્વચ્છતા માટેના નિયમો નક્કી કરવા અને ઘરના કામકાજમાં બાળકોને સામેલ કરવાથી સ્વચ્છતાની આજીવન ટેવો કેળવી શકાય છે. ટેક્નોલૉજી અને મલ્ટીમીડિયાનો સમાવેશ કરવાથી સ્વચ્છતાના શિક્ષણમાં પણ વધારો થઈ શકે છે. ઇન્ટરેક્ટિવ એપ્લિકેશન્સ, માહિતીપ્રદ વિડિઓઝ અને ઓનલાઇન સંસાધનો શીખવાની પ્રક્રિયાને આકર્ષક અને સુલભ બનાવી શકે છે. સ્વચ્છતા પ્રથાઓને ગેમિફાઇંગ કરવાથી આનંદનું એક તત્વ ઉમેરી શકાય છે, જે વ્યક્તિને

આનંદપ્રદ રીતે સ્વચ્છતા જાળવવા માટે પ્રેરિત કરે છે. શાળા અને ઘરની બહાર સ્વચ્છતાને પ્રોત્સાહન આપવા માટે સામાજિક સંડોવણી મહત્વપૂર્ણ છે. સરકારી પહેલ, સામુદાયિક સફાઈ ઝુંબેશ અને જનજાગૃતિ ઝુંબેશ વ્યાપક વસ્તીને જોડવાના અસરકારક માર્ગો છે. સ્થાનિક સંસ્થાઓ, વ્યવસાયો અને બિન-લાભકારી સંસ્થાઓ સાથેના સહયોગથી સ્વચ્છતા અભિયાનની પહોંચ અને અસરને વધારી શકાય છે. નિષ્કર્ષમાં, સ્વચ્છતા એ માત્ર શારીરિક ક્રિયા નથી પરંતુ આપણા મૂલ્યોનું પ્રતિબિંબ છે, આપણા અને અન્ય લોકો માટે આદર અને પર્યાવરણની સંભાળ છે. સ્વચ્છતા શીખવવી એ બહુપક્ષીય અભિગમ છે જેમાં શિક્ષણ, સમુદાયની સંડોવણી અને વ્યક્તિગત જવાબદારીનો સમાવેશ થાય છે. સ્વચ્છતાના મહત્વ પર ભાર મૂકીને અને જીવનભરની આદતો કેળવીને, આપણે તંદુરસ્ત, વધુ શિસ્તબદ્ધ અને સૌંદર્યલક્ષી રીતે આનંદિત સમાજમાં યોગદાન આપી શકીએ છીએ.

26. યુવાનોમાં નૈતિક મૂલ્યો ઉચ્ચ શિક્ષણ દ્વારા કેવી રીતે વિકસાવી શકાય

યુવાનોને ઉચ્ચ શિક્ષણ મેળવવા માટે પ્રોત્સાહિત કરવામાં શૈક્ષણિક સંસ્થાઓ, પરિવારો, સમુદાયો અને સમાજનો વ્યાપકપણે સમાવેશ કરતા બહુપક્ષીય અભિગમનો સમાવેશ થાય છે. યુવાનોને ઉચ્ચ શિક્ષણ તરફ પ્રેરિત કરવા અને તેમના જીવનમાં નૈતિક મૂલ્યોને આત્મસાત કરવા માટે પરિવાર, સમાજ અને સરકાર દ્વારા ખૂબજ વ્યૂહરચના ઘડવાની જરૂર છે.

પરિચય :- આજના ઝડપથી વિકસતા વિશ્વમાં, ઉચ્ચ શિક્ષણ વ્યક્તિના ભવિષ્યને ઘડવામાં મહત્વની ભૂમિકા ભજવે છે. તે તેમને તેમના પસંદ કરેલા ક્ષેત્રોમાં શ્રેષ્ઠ બનવા માટે જરૂરી જ્ઞાન, કુશળતા અને પરિપ્રેક્ષ્યથી સજ્જ કરે છે. વધુમાં, નૈતિક મૂલ્યો વ્યક્તિના પાત્ર માટે પાયા તરીકે સેવા આપે છે, તેના વર્તન અને નિર્ણયોને માર્ગદર્શન આપે છે.

ઉચ્ચ શિક્ષણનું મહત્વ ઉચ્ચ :- શિક્ષણ ક્ષિતિજોને વિસ્તૃત કરે છે, વિવેચનાત્મક વિચારને વધારે છે અને વિશિષ્ટ જ્ઞાનને પ્રોત્સાહન આપે છે. તે સમસ્યાનું નિરાકરણ, સંદેશાવ્યવહાર અને સહયોગ જેવી કુશળતા કેળવે છે, જે વ્યાવસાયિક વિશ્વમાં નિર્ણાયક છે. વધુમાં, તે વ્યક્તિની કમાણીની સંભાવના અને જીવનની એકંદર

ગુણવત્તાને નોંધપાત્ર રીતે અસર કરે છે. ઉચ્ચ શિક્ષણને પ્રોત્સાહિત કરવામાં પડકારો કેટલાક પડકારો યુવાનોને ઉચ્ચ શિક્ષણ મેળવવામાં અવરોધે છે. આમાં નાણાકીય અવરોધો, જાગૃતિનો અભાવ, સામાજિક અપેક્ષાઓ અને વ્યક્તિગત પ્રેરણાનો સમાવેશ થાય છે. ઉચ્ચ શિક્ષણમાં ભાગીદારી વધારવા માટે આ અવરોધોને દૂર કરવા જરૂરી છે.

યુવાનોને ઉચ્ચ શિક્ષણ માટે પ્રોત્સાહિત કરવાની વ્યૂહરચના :-

1. નાણાકીય સહાય અને શિષ્યવૃત્તિ :- નાણાકીય સહાય, શિષ્યવૃત્તિ અને અનુદાન પ્રદાન કરવાથી શૈક્ષણિક ખર્ચનો બોજ ઓછો થઈ શકે છે, યુવાનોને ઉચ્ચ શિક્ષણ મેળવવા માટે પ્રેરિત કરી શકાય છે.

2. જાગૃતિ ઝુંબેશ :- ઉચ્ચ શિક્ષણના લાભો અને ઉપલબ્ધ તકોને પ્રકાશિત કરવા માટે શાળાઓ અને સમુદાયોમાં જાગૃતિ અભિયાન ચલાવવાથી યુવાનોમાં રસ જગાવી શકે છે.

3. માર્ગદર્શક કાર્યક્રમો :- વિદ્યાર્થીઓને સફળ પ્રોફેશનલ્સ સાથે જોડતા માર્ગદર્શન કાર્યક્રમોની સ્થાપના કરવાથી તેઓને ઉચ્ચ શિક્ષણ મેળવવા માટે માર્ગદર્શન અને પ્રેરણા મળી શકે છે.

4. કૌશલ્ય વિકાસ કાર્યશાળાઓ :- શૈક્ષણિક લેખન, સંશોધન અને સમય વ્યવસ્થાપન જેવા ઉચ્ચ શિક્ષણ માટે જરૂરી કૌશલ્યો વધારવા પર કેન્દ્રિત વર્કશોપનું આયોજન યુવાનોને આગળના શૈક્ષણિક પડકારો માટે તૈયાર કરી શકે છે.

5. ઉદ્યોગ એક્સપોઝર :- યુનિવર્સિટીઓ, ઉદ્યોગ અથવા સંશોધન કેન્દ્રોની મુલાકાતની સુવિધા યુવાનોને વિવિધ શૈક્ષણિક અને કારકિર્દીના માર્ગોથી પરિચિત કરી શકે છે, તેમને ઉચ્ચ શિક્ષણ મેળવવા માટે પ્રેરિત કરી શકે છે.

6. માતાપિતાની સંડોવણી અને સમર્થન :- માતાપિતાને તેમના બાળકોને તેમના શૈક્ષણિક કાર્યોમાં સક્રિયપણે સમર્થન અને માર્ગદર્શન આપવા પ્રોત્સાહિત કરવાથી ઉચ્ચ શિક્ષણની આકાંક્ષાઓ માટે અનુકૂળ વાતાવરણ સર્જાય છે.

7. સરકારી નીતિઓ અને પ્રોત્સાહનો :- સરકારોએ ઉચ્ચ શિક્ષણને પ્રોત્સાહન આપતી નીતિઓ ઘડવી જોઈએ, જેમ કે કર લાભો, ઓછા વ્યાજની લોન અથવા અનુદાન, તેને વધુ સુલભ બનાવવા માટે. ઉચ્ચ શિક્ષણમાં નૈતિક મૂલ્યોનો સમાવેશ કરવો.

1. અભ્યાસક્રમમાં નૈતિક્તાનું એકીકરણ : શૈક્ષણિક અભ્યાસક્રમમાં નૈતિક સિદ્ધાંતો અને મૂલ્યોનો સમાવેશ

વિદ્યાર્થીઓને તેમના સંબંધિત ક્ષેત્રોમાં નૈતિક આચરણના મહત્વને સમજવામાં મદદ કરે છે.

2. શિક્ષકો દ્વારા રોલ મૉડેલિંગ : શિક્ષકોએ તેમની ક્રિયાઓ દ્વારા નૈતિક મૂલ્યોનું ઉદાહરણ આપવું જોઈએ, વિદ્યાર્થીઓને નૈતિક વર્તણૂકના વાસ્તવિક જીવનના ઉદાહરણો પ્રદાન કરવા જોઈએ.

3. સમુદાય સંલગ્નતા અને સેવા શિક્ષણ : સામુદાયિક સેવામાં વિદ્યાર્થીઓને સામેલ કરવાથી સહાનુભૂતિ, કરુણા અને જવાબદારીની ભાવનાને ઉત્તેજન મળે છે, તેમના નૈતિક પાત્રને પોષવામાં આવે છે.

4. નૈતિક્તાની તાલીમ અને કાર્યશાળાઓ : નૈતિક નિર્ણયો અને નૈતિક તર્ક પર ધ્યાન કેન્દ્રિત કરતી વર્કશૉપ અને તાલીમ સત્રોનું આયોજન વિદ્યાર્થીઓને મજબૂત નૈતિક હોકાયંત્ર વિકસાવવામાં મદદ કરી શકે છે.

5. ખુલ્લા સંવાદો અને ચર્ચાઓ : નૈતિક મુદ્દાઓ પર ખુલ્લી ચર્ચાઓ અને ચર્ચાઓને પ્રોત્સાહિત કરવાથી વિદ્યાર્થીઓ વિવિધ પરિપ્રેક્ષ્યની શોધ કરી શકે છે અને તેમનું પોતાનું નૈતિક વલણ વિકસાવી શકે છે.

6. સાંસ્કૃતિક જાગૃતિનો સમાવેશ કરવો : સાંસ્કૃતિક સંવેદનશીલતા અને સમજણનું શિક્ષણ વિવિધતા માટે આદરને પ્રોત્સાહન આપે છે, જે નૈતિક મૂલ્યોનું એક મૂળભૂત પાસું છે.

નિષ્કર્ષ :- નૈતિક મૂલ્યો કેળવવા સાથે યુવાનોને ઉચ્ચ શિક્ષણ મેળવવા માટે પ્રોત્સાહિત કરવામાં શૈક્ષણિક સંસ્થાઓ, પરિવારો, સમુદાયો અને સરકારોના સામૂહિક પ્રયાસનો સમાવેશ થાય છે. પડકારોનો સામનો કરીને અને લક્ષિત વ્યૂહરચનાઓને અમલમાં મૂકીને, અમે યુવાનોને જ્ઞાન સંપાદન અને નૈતિક વિકાસના માર્ગ પર આગળ વધવા માટે પ્રેરણા આપી શકીએ છીએ અને તૈયાર કરી શકીએ છીએ, જેનાથી સમાજ અને સમગ્ર વિશ્વમાં સકારાત્મક યોગદાન આપી શકીએ છીએ.

27. યુવાનોમાં વધતો હૃદય રોગના કિસ્સાઓ એક ચિંતા

આજકાલ દિનપ્રતિદિન વધતા જતા કિસ્સાઓમાં અને તેમાં પણ હૃદય રોગના હુમલાને કારણે થતા મૃત્યુ સૌએ ચેતી જવાની જરૂર છે. જો જીવનશૈલી માં બદલાવ નહીં લાવીએ તો તેના ગંભીર પરિણામો ભોગવવા પડશે. આજનો યુવાન જો શારીરિક અને માનસિક રીતે મજબૂત નહીં હોય તો આવતીકાલ આપણી ધૂંધળી બની જશે. દરેક માતાપિતાએ આ બાબતને ખૂબજ ગંભીરતાથી લેવી પડશે. શાળા અને કૉલેજમાં આ બાબતે એક મહા અભિયાન હાથ ધરીને યુવાનોમાં જાગૃત કરવાની જરૂર છે. સ્વાસ્થ્ય પ્રત્યે કાળજી રાખવી જરૂરી છે. બાળકોને બચપણમાં સારી રીતે જીવનશૈલી જીવતા શીખે તેના માટે પાયાની બાબતોથી વાલીઓએ, શાળા અને કૉલેજમાં શિક્ષકો દ્વારા જીવનલક્ષી શિક્ષણ આપવાની જરૂર છે. Stress less Life કેવી રીતે જીવવી અને જીવનમાં Stress Management કરતા શીખવવાની જરૂર છે. યુવાનોમાં બીજી અનેક બાબતો કે જે તેમના સ્વાસ્થ્ય માટે લાંબા ગાળે નુકસાન કરતા છે તેનું જ્ઞાન શાળા અભ્યાસ દરમ્યાન કરાવવાની જરૂર છે. જીવનમાં રમતનું મહત્વ બાબતે પણ ચોક્કસ સમય ફાળવીને સ્વાસ્થ્ય માટે લેવા જેવી કાળજી નું જ્ઞાન યુવાનો હશે તો યુવાનો પોતે પોતાના સ્વાસ્થ્યની સંભાળ લેતા થશે. યુવાનોમાં હૃદયરોગના હુમલાની વધતી ઘટનાઓ વિવિધ

પરિબળોને આભારી હોઈ શકે છે, જેમાં જીવનશૈલીમાં ફેરફાર, આહારની આદતો, બેઠાડું વર્તન, તણાવ, ધૂમ્રપાન, પદાર્થનો દુરુપયોગ, આનુવંશિક વલણ, અંતર્ગત સ્વાસ્થ્ય પરિસ્થિતિઓ અને કાર્ડિયોવેસ્ક્યુલર સ્વાસ્થ્ય વિશે જાગૃતિનો અભાવ છે. આધુનિક જીવનશૈલીમાં મોટાભાગે ઉચ્ચ તણાવ યુક્ત વાતાવરણ, ખરાબ ખાવાની આદતો, શારીરિક પ્રવૃત્તિનો અભાવ અને પ્રોસેસ્ડ ફૂડ અને ખાંડ યુક્ત પીણાંનો વધતો વપરાશ, સ્થૂળતા, હાયપરટેન્શન, ડાયાબિટીસ અને ઉચ્ચ કોલેસ્ટ્રોલ સ્તરમાં ફાળો આપે છે. તદુપરાંત, તમાકુ, આલ્કોહોલ અને ગેરકાયદેસર દવાઓનો ઉપયોગ હૃદયના સ્વાસ્થ્યને નોંધપાત્ર રીતે અસર કરે છે. આનુવંશિક પરિબળો વ્યક્તિઓને હૃદયની સ્થિતિની શરૂઆતમાં પૂર્વ સૂચન કરવામાં ભૂમિકા ભજવે છે, અને આ આનુવંશિક માર્કર્સની વહેલી શોધ અને વ્યવસ્થાપન નિર્ણાયક છે. અસરકારક નિવારક પગલાં જેમ કે હૃદય-સ્વસ્થ જીવનશૈલી વિશે શિક્ષણ, નિયમિત વ્યાયામ, સંતુલિત આહાર, તણાવ વ્યવસ્થાપન તકનીકો અને જોખમી પરિબળોની વહેલી તપાસ યુવા વસ્તીમાં હૃદયરોગના હુમલાની વધતી જતી ઘટનાઓને ઘટાડવામાં મદદ કરી શકે છે. યુવાનોને હૃદયના સ્વાસ્થ્ય વિશે શિક્ષિત કરવા, આરોગ્ય સંભાળમાં સુધારો કરવા અને તંદુરસ્ત જીવનશૈલીને પ્રોત્સાહન આપવા પર ધ્યાન કેન્દ્રિત કરતી જાહેર આરોગ્ય નીતિઓ અને પહેલ આ સંબંધિત વલણનો સામનો કરવા માટે જરૂરી છે.

28. શાળાએ જતા બાળકો માટે ફૂડ બાબતે શું ધ્યાન રાખવું જોઈએ

દૈનિક આહાર માર્ગદર્શિકાઓ 5-8 વર્ષ માટે યોગ્ય શાળા વયના બાળકો માટે આરોગ્યપ્રદ ખોરાક: 3.2k આ મદદરૂપ જણાયું કી પોઇન્ટ શાળા-વયના બાળકોને પાંચેય તંદુરસ્ત ખોરાક જૂથો – શાકભાજી, ફળ, અનાજ, ડેરી અને પ્રોટીનમાંથી ખોરાક ખાવાની જરૂર છે. તંદુરસ્ત ખોરાકમાં પોષક તત્વો હોય છે જે વૃદ્ધિ, વિકાસ અને શિક્ષણ માટે મહત્વપૂર્ણ છે. ક્ષારયુક્ત, ચરબીયુક્ત અને ખાંડ યુક્ત ખોરાક, ઓછા ફાઇબરવાળા ખોરાક અને કેફીન અથવા પુષ્કળ ખાંડવાળા પીણાંને મર્યાદિત કરો. આ પૃષ્ઠ પર: બાળકો માટે તંદુરસ્ત ખોરાક શું છે? ફળો અને શાકભાજી અનાજ ખોરાક ઓછી ચરબીવાળા ડેરી ખોરાક પ્રોટીન સ્વસ્થ પીણાં: પાણી મર્યાદિત ખોરાક અને પીણાં બાળકો માટે તંદુરસ્ત ખોરાક શું છે? શાળા-વયના બાળકો માટે તંદુરસ્ત ખોરાકમાં પાંચ ખાદ્ય જૂથોમાંથી વિવિધ પ્રકારના તાજા ખોરાકનો સમાવેશ થાય છે: શાકભાજી ફળ અનાજનો ખોરાક ઓછી ચરબીવાળી ડેરી પ્રોટીન દરેક ખાદ્ય જૂથમાં અલગ-અલગ પોષક તત્વો હોય છે, જેની તમારા બાળકના શરીરને યોગ્ય રીતે વિકાસ કરવા અને કાર્ય કરવા માટે જરૂરી છે. એટલા માટે આપણે પાંચેય ખાદ્ય જૂથોમાંથી વિવિધ પ્રકારના ખોરાક ખાવાની જરૂર છે. ફળો અને શાકભાજી

ફળો અને શાકભાજી તમારા બાળકને ઉર્જા, વિટામિન્સ, એન્ટી-ઓક્સિડન્ટ્સ, ફાઇબર અને પાણી આપે છે. આ પોષક તત્વો તમારા બાળકને પછીના જીવનમાં રોગોથી બચાવવામાં મદદ કરે છે, જેમાં હૃદય રોગ, સ્ટ્રોક અને કેટલાક કેન્સર જેવા રોગોનો સમાવેશ થાય છે. તમારા બાળકને દરેક ભોજન અને નાસ્તા માટે ફળ અને શાકભાજી પસંદ કરવા માટે પ્રોત્સાહિત કરો. આમાં તાજા અને રાંધેલા વિવિધ રંગો, ટેક્સચર અને સ્વાદના ફળો અને શાકભાજીનો સમાવેશ થાય છે. ગંદકી અથવા રસાયણો દૂર કરવા માટે ફળોને ધોઈ લો, અને કોઈપણ ખાદ્ય ત્વચા પર રહેવા દો, કારણ કે ત્વચામાં પોષક તત્વો પણ હોય છે. ઘણા બાળકો ફળો અને શાકભાજી ખાવામાં 'ખૂબજ' હોય તેવું લાગે છે. તમે સ્વસ્થ આહારના રોલ મોડેલ બનીને મદદ કરી શકો છો. જો તમારું બાળક તમને શાકભાજી અને ફળોની વિશાળ શ્રેણી ખાતા જુએ છે, તો તમારું બાળક તેને પણ અજમાવી શકે તેવી શક્યતા છે. અનાજ ખોરાક અનાજના ખોરાકમાં બ્રેડ, પાસ્તા, નૂડલ્સ, નાસ્તાના અનાજ, કૂસકૂસ, ચોખા, મકાઈ, ક્વિનોઆ, પોલેન્ટા, ઓટર્સ અને જવનો સમાવેશ થાય છે. આ ખોરાક બાળકોને વૃદ્ધિ, વિકાસ અને શીખવા માટે જરૂરી ઊર્જા આપે છે. નીચા ગ્લાયકેમિક ઇન્ડેક્સ ધરાવતા અનાજના ખોરાક, જેમ કે આખા અનાજના પાસ્તા અને બ્રેડ, તમારા બાળકને લાંબા સમય સુધી ચાલતી ઉર્જા આપશે અને તેમને લાંબા સમય સુધી ભરપૂર અનુભવ કરાવશે. ઓછી ચરબીવાળા ડેરી ખોરાક મુખ્ય ડેરી ખોરાક દૂધ, ચીઝ અને દહીં છે. આ ખોરાક પ્રોટીન અને કેલ્શિયમના સારા સ્ત્રોત છે. તમારા

બાળકને દરરોજ વિવિધ પ્રકારની ડેરી ઓફર કરવાનો પ્રયાસ કરો - ઉદાહરણ તરીકે, દૂધ પીણું, ચીઝના ટુકડા અથવા દહીંના બાઉલ. બે વર્ષથી વધુ ઉંમરના બાળકો ઓછી ચરબીવાળા ડેરી ઉત્પાદનો લઈ શકે છે. જો તમે તમારા બાળકને ડેરીના વિકલ્પો આપવાનું વિચારી રહ્યાં હોવ, તો તમારા બાળરોગ ચિકિત્સક, GP અથવા બાળક અને કુટુંબની આરોગ્ય નર્સ સાથે વાત કરવી શ્રેષ્ઠ છે. પ્રોટીન પ્રોટીનયુક્ત ખોરાકમાં દુર્બળ માંસ, માછલી, ચિકન, ઈંડા, કઠોળ, દાળ, ચણા, ટોફુ અને બદામનો સમાવેશ થાય છે. આ ખોરાક તમારા બાળકના વિકાસ અને સ્નાયુઓના વિકાસ માટે મહત્વપૂર્ણ છે. આ ખોરાકમાં આયર્ન, જસત, વિટામિન B12 અને ઓમેગા-3 ફેટી એસિડ જેવા અન્ય ઉપયોગી વિટામિન્સ અને ખનિજો પણ હોય છે. લાલ માંસ અને તૈલી માછલીમાંથી આયર્ન અને ઓમેગા-3 ફેટી એસિડ ખાસ કરીને તમારા બાળકના મગજના વિકાસ અને શીખવા માટે મહત્વપૂર્ણ છે. દરેક ભોજન અને નાસ્તામાં અમુક અલગ અલગ ખાદ્ય જૂથોનો સમાવેશ કરવાનો પ્રયાસ કરો. 4-8 વર્ષની વયના બાળકો માટેના દૈનિક આહારના ભાગો અને ભલામણો વિશે વધુ માહિતી માટે અમારા સચિત્ર આહાર માર્ગદર્શિકા પર એક નજર નાખો. જો તમને તમારા બાળકના આહાર વિશે ચિંતા હોય તો તમે આહાર નિષ્ણાત સાથે પણ વાત કરી શકો છો. સ્વસ્થ પીણાં: પાણી બાળકો માટે પાણી સૌથી આરોગ્યપ્રદ પીણું છે. તે સૌથી સસ્તું પણ છે. મજબૂત દાંત માટે પણ મોટાભાગના નળનું પાણી ફ્લોરાઈડથી મજબૂત હોય છે. ખોરાક અને મર્યાદિત કરવા માટે પીણાં તમારું બાળક જે 'ક્યારેક'

ખાદ્યપદાર્થો ખાય છે તેની માત્રા મર્યાદિત કરવી શ્રેષ્ઠ છે. આનો અર્થ એ છે કે તમારા બાળકને તંદુરસ્ત, રોજિંદા ખોરાક માટે વધુ જગ્યા હશે. 'ક્યારેક' ખોરાકમાં ફાસ્ટ ફૂડ, ટેકઅવે અને જંક ફૂડ જેવા કે હોટ ચિપ્સ, પોટેટો ચિપ્સ, ડિમ સિમ્સ, પાઈ, બર્ગર અને ટેકઅવે પિઝાનો સમાવેશ થાય છે. તેમાં કેક, ચોકલેટ, લોલી, બિસ્કિટ, ડોનટ્સ અને પેસ્ટ્રીનો પણ સમાવેશ થાય છે. 'ક્યારેક' ખોરાકમાં મીઠું, સંતૃપ્ત ચરબી અને ખાંડનું પ્રમાણ વધુ અને ફાઇબર ઓછું હોઈ શકે છે. આ ખોરાકને નિયમિતપણે ખાવાથી બાળપણની સ્થૂળતા અને ટાઇપ-2 ડાયાબિટીસ જેવી સ્વાસ્થ્ય સ્થિતિઓનું જોખમ વધી શકે છે. તમારે તમારા બાળકના મીઠા પીણાં પણ મર્યાદિત કરવા જોઈએ. આમાં ફળોના રસ, કોર્ડિયલ્સ, સ્પોર્ટ્સ ડ્રિંક્સ, ફ્લેવર્ડ વોટર, સોફ્ટ ડ્રિંક્સ અને ફ્લેવર્ડ મિલ્કનો સમાવેશ થાય છે. મીઠા પીણાંમાં ખાંડનું પ્રમાણ વધુ હોય છે અને પોષક તત્વો ઓછા હોય છે. વધુ પડતા મીઠા પીણાં અસ્વસ્થ વજનમાં વધારો, સ્થૂળતા અને દાંતમાં સડો તરફ દોરી જાય છે. આ પીણાં તમારા બાળકને ભરી દે છે અને તંદુરસ્ત ભોજન માટે તેને ઓછી ભૂખ લાગી શકે છે. જો બાળકો નાના હોય ત્યારે તેઓ નિયમિતપણે મીઠા પીણાં પીતાં હોય, તો તે જીવનભરની બિન આરોગ્યપ્રદ આદતને બંધ કરી શકે છે. બાળકો માટે કેફીન યુક્ત ખોરાક અને પીણાંની ભલામણ કરવામાં આવતી નથી, કારણ કે કેફીન શરીરને કેલ્શિયમને સારી રીતે શોષતા અટકાવે છે. કેફીન પણ એક ઉત્તેજક છે, જેનો અર્થ છે કે તે બાળકોને કૃત્રિમ ઊર્જા આપે છે. આ ખોરાક અને પીણાંમાં કોફી, ચા, એનર્જી ડ્રિંક્સ અને ચોકલેટનો સમાવેશ

થાય છે. નાસ્તા અને મીઠાઈઓ માટે સ્વસ્થ વિકલ્પો તમારા બાળકને તંદુરસ્ત ખોરાક જૂથોમાંથી નાસ્તો પસંદ કરવા માટે પ્રોત્સાહિત કરો. આમાં બદામ, ચીઝ, ઓછી ચરબીવાળું દહીં અને તાજા ફળ અથવા શાકભાજી જેવી વસ્તુઓનો સમાવેશ થઈ શકે છે – ઉદાહરણ તરીકે, હોમસ, ગ્વાકામોલ અથવા ત્ઝાત્ઝીકી જેવા ડિપ્સ સાથે ગાજર અને સેલરી સ્ટિક. ભોજનના અંતે ડેઝર્ટ માટે પણ આ જ છે. કાપેલા ફળ અથવા દહીં એ સ્વાસ્થ્યપ્રદ વિકલ્પો છે. જો તમે કંઈક વિશેષ સર્વ કરવા માગતા હો, તો ઘરે બનાવેલી બનાના બ્રેડ અજમાવો. જન્મદિવસ જેવા ખાસ પ્રસંગો માટે કેક અને ચોકલેટ જેવી ગંભીર મીઠી વસ્તુઓ સાચવો. ઑસ્ટ્રેલિયન ગાઈડ ટુ હેલ્ધી ઈટિંગ કહે છે કે બાળકો અને પુખ્ત વયના બંનેએ ક્યારેક ખોરાક ટાળવો જોઈએ અથવા મર્યાદિત કરવો જોઈએ. ખાસ પ્રસંગો માટે આ ખોરાકને સાચવવો શ્રેષ્ઠ છે.

29. યુવાનોએ જીવનમાં કઈ રીતે Stress Manage કરવો જોઈએ

આજના યુવાનોના જીવનમાં તણાવનું સંચાલન તેમની સુખાકારી અને વિકાસ માટે નિર્ણાયક છે. તણાવ ઘટાડવા અને માનસિક સ્વાસ્થ્યને પ્રોત્સાહન આપવા માટે ઘણી અસરકારક વ્યૂહરચનાઓનો ઉપયોગ કરી શકાય છે. સૌપ્રથમ, એક સહાયક અને ખુલ્લા વાતાવરણને ઉત્તેજન આપવું જ્યાં યુવા વ્યક્તિઓ તેમના પડકારો અને ચિંતાઓની ચર્ચા કરવામાં આરામદાયક અનુભવે છે તે તણાવ વ્યવસ્થાપનમાં નોંધપાત્ર રીતે મદદ કરી શકે છે. સંદેશાવ્યવહારને પ્રોત્સાહિત કરવું અને અભિવ્યક્તિ માટે નિર્ણાયક અવકાશ પ્રદાન કરવાથી બોજોની વહેંચણી અને સંભવિત ઉકેલોની શોધ કરવાની મંજૂરી મળે છે. બીજું, તણાવ ઘટાડવા માટે તંદુરસ્ત જીવનશૈલીને પ્રોત્સાહન આપવું જરૂરી છે. આમાં નિયમિત કસરત, સંતુલિત આહાર, પર્યાપ્ત ઊંઘ અને કેફીન અને આલ્કોહોલ જેવા પદાર્થોનું સેવન ઓછું કરવું શામેલ છે. વ્યાયામ, ખાસ કરીને, એન્ડોર્ફિન્સને મુક્ત કરવા માટે જાણીતું છે જે તણાવને દૂર કરવામાં અને મૂડને સુધારવામાં મદદ કરી શકે છે. આ ઉપરાંત, માઇન્ડફુલનેસ, ધ્યાન અને ઊંડા શ્વાસ લેવાની કસરતો જેવી હળવાશની તકનીકોનો સમાવેશ તણાવને નિયંત્રિત કરવા માટે અસરકારક સાધનો બની શકે છે. આ પ્રથાઓ યુવાન વ્યક્તિઓને માઇન્ડફુલનેસ વિકસાવવામાં મદદ કરી શકે છે, જે

તેમને વર્તમાનમાં રહેવાની અને ભૂતકાળ અથવા ભવિષ્ય વિશેની ચિંતા ઘટાડવાની મંજૂરી આપે છે. વધુમાં, યુવાનોને તણાવને નિયંત્રિત કરવામાં મદદ કરવા માટે સમય વ્યવસ્થાપન અને સંગઠન એ નિર્ણાયક કૌશલ્યો છે. કાર્યને કેવી રીતે પ્રાધાન્ય આપવું, પ્રાપ્ત કરી શકાય તેવા ધ્યેયો નક્કી કરવા અને તેમના સમયનું અસરકારક રીતે સંચાલન કેવી રીતે કરવું તે શીખવવાથી તેઓ પ્રભાવિત થયા વિના રોજિંદા જીવનની માગને હેન્ડલ કરવા સક્ષમ બનાવી શકે છે. વધુમાં, શોખ અને સર્જનાત્મક આઉટલેટ્સને પ્રોત્સાહન આપવું એ તંદુરસ્ત ભાગી અને તણાવને દૂર કરવાની રીત પ્રદાન કરી શકે છે. તેઓ જે પ્રવૃત્તિઓનો આનંદ માણે છે તેમાં જોડાવાથી, પછી તે પેઇન્ટિંગ હોય, કોઈ સાધન વગાડવું હોય અથવા લેખન હોય, તે ખૂબ જ જરૂરી માનસિક વિરામ પ્રદાન કરી શકે છે અને તેમની એકંદર સુખાકારીમાં વધારો કરી શકે છે. તદુપરાંત, તંદુરસ્ત કાર્ય-જીવન સંતુલનને પ્રોત્સાહન આપવું એ ચાવીરૂપ છે. તણાવના સ્તરને ઘટાડવા માટે આરામ અને સામાજિકકરણ માટે વ્યક્તિગત સમય સાથે શૈક્ષણિક અથવા વ્યાવસાયિક જવાબદારીઓને સંતુલિત કરવી મહત્વપૂર્ણ છે. છેલ્લે, યુવા વ્યક્તિઓને તનાવ, શરીર અને મન પર તેની અસરો અને તેને કેવી રીતે ઓળખવું અને તેનું સમાધાન કરવું તે વિશે શિક્ષિત કરવું મહત્વપૂર્ણ છે. આ જ્ઞાન તેમને તેમના જીવનમાં તણાવને સક્રિય રીતે સંચાલિત કરવા માટે જરૂરી સાધનો અને સમજણથી સજ્જ કરે છે. નિષ્કર્ષમાં, યુવાનોના જીવનમાં તણાવનું સંચાલન કરવું એ સહાયક વાતાવરણ બનાવવા, તંદુરસ્ત જીવનશૈલીને

પ્રોત્સાહન આપવા, આરામ કરવાની તકનીકોનો સમાવેશ, સમય વ્યવસ્થાપન કૌશલ્યો વધારવા, શોખને પ્રોત્સાહિત કરવા, કાર્ય- જીવન સંતુલન જાળવવા અને તણાવ વિશે શિક્ષણ પ્રદાન કરવાનો સમાવેશ થાય છે. આ વ્યૂહરચનાઓને અમલમાં મૂકીને, અમે આજના યુવાનોને તાણને અસરકારક રીતે સંચાલિત કરવામાં અને તેમની માનસિક અને ભાવનાત્મક સુખાકારી જાળવવામાં મદદ કરી શકીએ છીએ.

30. જીવનમાં સ્ટ્રેસને મેનેજ કરી શકાય ઓછો કરી શકાય એ તમારી આવડત પર આધાર રાખે

જીવન ક્યારેક તણાવપૂર્ણ હોઈ શકે છે. અને તે માત્ર મોટી વસ્તુઓ જ નથી જે તણાવનું કારણ બની શકે છે. જીવનની રોજિંદી મુશ્કેલીઓ, માગણીઓ અને દબાણો પણ તણાવનું કારણ બની શકે છે. જ્યારે તમે તણાવમાં હોવ ત્યારે, તમારું શરીર વધારાની ઊર્જા, ધ્યાન અને શક્તિ પ્રદાન કરતા હોર્મોન્સ બનાવીને પ્રતિક્રિયા આપે છે. આને ફાઇટ-ઓર-ફ્લાઇટ રિસ્પોન્સ કહેવામાં આવે છે. અમુક સમયે, તણાવનો એક નાનો વધારો હકારાત્મક બાબત બની શકે છે. તે તમને દબાણ હેઠળ સારી રીતે કરવામાં, સમયસર રહેવામાં અથવા સમય મર્યાદા પૂરી કરવામાં મદદ કરી શકે છે. તે તમને એક સમસ્યા વિશે ચેતવણી આપી શકે છે જેને તમારે હેન્ડલ કરવાની જરૂર છે. તે તમને તમારા લક્ષ્યો તરફ પ્રેરિત કરી શકે છે. તે તમને અભ્યાસ, આયોજન અને તૈયારી કરવા દબાણ કરી શકે છે. પરંતુ અતિશય તાણ - અથવા તણાવ કે જેને તમે મેનેજ કરી શકતા નથી - તમને તમારા શ્રેષ્ઠ કાર્ય કરતા અને અનુભવતાં અટકાવે છે. તે તમને થાકી શકે છે, તમારી ઉર્જા ખતમ કરી શકે છે અને વસ્તુઓને પૂર્ણ કરવાનું મુશ્કેલ બનાવી શકે છે. અતિશય તાણ તમને વિચલિત, નારાજ અથવા છૂટાછવાયા

અનુભવવા તરફ દોરી શકે છે. તમે તણાવ ટાળી શકતા નથી. પરંતુ તમે રોજિંદા તણાવને નીચા સ્તરે રાખવાનું લક્ષ્ય બનાવી શકો છો. જ્યારે તમે રોજિંદા વસ્તુઓ પર ઓછો ભાર આપો છો, ત્યારે તમે જે મોટા પડકારોનો સામનો કરી શકો છો તેનો સામનો કરવા માટે તમે વધુ સારી રીતે સક્ષમ છો. જો તમે રોજિંદા તણાવનું સંચાલન કરવામાં વધુ સારું બનવા માગતા હો, તો અહીં દસ વસ્તુઓ છે જે તમને મદદ કરી શકે છે: 1. કામ અને રમતને સંતુલિત કરો. તમારા કાર્યો અને ધ્યેયો (જેમ કે શાળાનું કામ, કામકાજ અથવા પ્રેક્ટિસ) પર કામ કરવા માટે સમય કાઢો. પરંતુ તમે જે વસ્તુઓનો આનંદ માણો છો તેના માટે પણ સમય કાઢવાની ખાતરી કરો (જેમ કે સંગીત વગાડવું, વર્કઆઉટ કરવું, પાલતુ સાથે રમવું અથવા મિત્રો સાથે સમય પસાર કરવો). ભલે તે માત્ર થોડી મિનિટો હોય, આરામ કરવા અને રિચાર્જ કરવાનો દૈનિક સમય તમારો તણાવ ઓછો કરે છે. 2. તમારા દિવસની યોજના બનાવો. તમારા દૈનિક શેડ્યૂલનો ટ્રેક રાખવા માટે કૅલેન્ડર અથવા પ્લાનિંગ એપનો ઉપયોગ કરો. તમારા વર્ગના સમય, પરીક્ષણો અને ક્યારે સોંપણીઓ બાકી છે તે ભરો. તમારી પ્રવૃત્તિઓ ઉમેરો. પરીક્ષણો માટે અભ્યાસ કરવા અને સોંપણીઓ પર કામ કરવા માટે સમયને અવરોધિત કરો. તમને આનંદની વસ્તુઓ કરવા માટે સમયને અવરોધિત કરો. યોજના અને દિનચર્યા રાખવાથી તણાવ ઓછો થાય છે. 3. તમારી યોજનાને વળગી રહો. અલબત્ત, જો તમે જે પ્લાન કરો છો તે ન કરો તો પ્લાનિંગ સારું નથી. દરરોજ તમારા પ્લાનરને જોવાનું નિયમિત

બનાવો. તમે શું કર્યું છે તે તપાસો. જે આવી રહ્યું છે તેના માટે તૈયાર રહો. અભ્યાસ માટે નિયમિત સમય કાઢો. સોંપણીઓની ટોચ પર રાખો. આનાથી રોજિંદા શાળાના કામનો તણાવ ઓછો થાય છે. 4. જ્યારે તમને તેની જરૂર હોય ત્યારે મદદ માટે પૂછો. શાળાકીય કાર્ય, ગ્રેડ અને પરીક્ષણો ઘણા લોકો માટે તણાવનો મોટો સ્ત્રોત છે. તે બધાની ટોચ પર રાખવું હંમેશાં સરળ નથી. જો તમને પરીક્ષણો માટે તૈયારી કરવા, પ્રોજેક્ટ્સનું આયોજન કરવા અથવા વસ્તુઓ પૂર્ણ કરવામાં મદદની જરૂર હોય, તો શિક્ષક, માતાપિતા, શિક્ષક અથવા માર્ગદર્શકને તમને પ્રશિક્ષણ આપવા માટે કહો. જો તમે વિલંબ કરવાનું વલણ ધરાવો છો, તો અભ્યાસ કરવા માટે અથવા નિયત સમયે હોમવર્ક કરવા માટે સહાધ્યાયી સાથે જોડાઓ. 5. તણાવની હકારાત્મક ઊર્જાનો ઉપયોગ કરો. છેલ્લી ઘડી સુધી વસ્તુઓને મુલતવી રાખશો નહીં. તે ખૂબ તણાવપૂર્ણ છે. અને જો તમે ઉતાવળમાં હોવ તો તમારું શ્રેષ્ઠ કરવું મુશ્કેલ છે. તેના બદલે, તણાવ તમને કાર્ય પર આગળ વધવા માટે પ્રેરિત કરવા દો. જો તમારી પાસે સમય મર્યાદા છે, તો તમારી જાતને હકારાત્મક માનસિક દબાણ આપો. વિચારો, "ઠીક છે, મને આ મળી ગયું છે - હું તેના પર છું." પછી આગળ વધો અને પ્રારંભ કરો. 6. જેવી સમસ્યાઓ આવે છે તેનો સામનો કરો. રોજિંદા સમસ્યાઓને અવગણશો નહીં - પરંતુ તેના વિશે પણ તણાવ ન કરો. તેના બદલે, તેમને કેવી રીતે હેન્ડલ કરવું તે શોધો. જો તમને ખાતરી ન હોય કે શું કરવું, તો અન્યોની મદદ અને સલાહ માટે પૂછો. 7. સારો ખોરાક લો. તમે જે ખાઓ છો તે

તમારા મૂડ, એનર્જી અને સ્ટ્રેસ લેવલને અસર કરે છે. તમારા માટે સારા એવા ખોરાક પસંદ કરો. તમારે બધી સારવાર ટાળવાની જરૂર નથી. પરંતુ જો મીઠાઈઓ તમારા બળતણનો મુખ્ય સ્ત્રોત હોય, તો તમે ક્રેશ થવાની અથવા ક્રેન્કી અનુભવવાની શક્યતા છે — અને તણાવમાં છો! 8. પૂરતી ઊંઘ લો. શાળા અને પ્રવૃત્તિઓના લાંબા દિવસ પછી, તમને મોડું જાગવાનું મન થઈ શકે છે. કદાચ તમારી પાસે હજી હોમવર્ક સમાપ્ત કરવાનું છે. અથવા તમને મિત્રો સાથે વાત કરવા માટે સમય જોઈએ છે અથવા તમને ગમતો શો જોવા માટે વધુ સમય જોઈએ છે. પરંતુ જ્યારે તમારે શાળા માટે વહેલા ઉઠવાની જરૂર હોય ત્યારે મોડું સૂવાથી ઊંઘ માટે પૂરતો સમય મળતો નથી. પૂરતી ઊંઘ વિના, તમે દિવસના ઉતાર-ચઢાવ પર તણાવ અનુભવવાની શક્યતા વધુ હોય છે. તણાવપૂર્ણ સવારના ધસારાને ટાળવા માટે, સૂવાનો સમય અને જાગવાનો સમય નક્કી કરો. સૂવાના સમય પહેલાં સ્ક્રીનને સારી રીતે બંધ કરો. શાંત પ્રવૃત્તિઓ સાથે નીચે પવન. 9. દરરોજ વ્યાયામ કરો. જ્યારે તમે વર્કઆઉટ કરી રહ્યાં હોવ, રમત રમી રહ્યાં હોવ અથવા તમારા મનપસંદ સંગીત પર ડાન્સ કરો ત્યારે તણાવ ઓગળી જાય છે. વ્યાયામ તમને ફિટ રાખવા કરતાં વધુ કરે છે. તણાવ, ચિંતા અને ડિપ્રેશનને ઓછું કરવા અને તમારા મૂડને વધુ સકારાત્મક બનાવવાની આ એક રીત છે. 10. ઊંડો શ્વાસ લો. જ્યારે તમે તણાવ અનુભવો છો અથવા ભરાઈ ગયા છો, ત્યારે થોડો ઊંડો, ધીમો પેટ શ્વાસ લો. પેટનો શ્વાસ એ તમારા શરીરની લડાઈ-અથવા-ફ્લાઇટ (તણાવ) પ્રતિભાવને બંધ

કરવાની ઝડપી અને ખાતરીપૂર્વકની રીત છે. રોજબરોજના તણાવને ઘટાડવામાં મદદ કરવા માટે દરરોજ પેટમાં શ્વાસ લેવાનો અથવા માઇન્ડફુલ શ્વાસ લેવાની પ્રેક્ટિસ કરો. તમારા કામ નિયમિત રીતે કરો, વધુ કામ એકઠા ન થવા દો, કામ કરવાનો આનંદ લો, કામને બીજો ના સમજો જીવનમાં સ્વસ્થ, મસ્ત અને વ્યસ્ત રહેતા શીખો.

31. AI Artificial Intelligence એક નવી પેઢી માટે પડકાર

આર્ટિફિશિયલ ઇન્ટેલિજન્સ (AI) એ કમ્પ્યુટર સિસ્ટમ્સના વિકાસનો સંદર્ભ આપે છે જે એવા કાર્યો કરી શકે છે કે જેમાં સામાન્ય રીતે માનવ બુદ્ધિની જરૂર હોય, જેમ કે શીખવું, તર્ક, સમસ્યાનું નિરાકરણ, કુદરતી ભાષા સમજવી અને પેટર્નને ઓળખવી. AI ને સાંકડી અથવા નબળા AI માં વર્ગીકૃત કરી શકાય છે, જે ચોક્કસ કાર્યો માટે રચાયેલ છે, અને સામાન્ય અથવા મજબૂત AI, જેનો હેતુ કાર્યોની વિશાળ શ્રેણીમાં માનવ જેવી બુદ્ધિ ધરાવવાનો છે.

કૃત્રિમ બુદ્ધિમત્તાના ગુણ :-

1. કાર્યક્ષમતા અને ઉત્પાદકતા : AI પુનરાવર્તિત કાર્યોને સ્વચાલિત કરી શકે છે, કાર્યક્ષમતા વધારી શકે છે અને મનુષ્યોને ઉચ્ચ-સ્તરની વ્યૂહાત્મક પ્રવૃત્તિઓ પર ધ્યાન કેન્દ્રિત કરવાની મંજૂરી આપે છે, આમ ઉત્પાદકતામાં વધારો થાય છે.

2. ચોક્કસતા : AI સિસ્ટમો ઉચ્ચ સ્તરની ચોકસાઈ સાથે કાર્યો કરી શકે છે, ભૂલો ઘટાડી શકે છે અને વિશ્વસનીય પરિણામો પ્રદાન કરી શકે છે.

160

3. વ્યક્તિકરણ : AI વ્યક્તિઓ માટેના અનુભવો અને ભલામણોને અનુરૂપ બનાવવા માટે મોટા ડેટાસેટ્સનું પૃથક્કરણ કરી શકે છે, વપરાશકર્તા સંતોષ અને સગાઈમાં વધારો કરે છે.

4. નવીનતા : AI જટિલ પડકારોનો સામનો કરી શકે તેવી નવી તકનીકો, ઉત્પાદનો અને સેવાઓના વિકાસને સક્ષમ કરીને નવીનતાને પ્રોત્સાહન આપે છે.

5. સમસ્યાનું નિરાકરણ : AI જટિલ સમસ્યાઓનો સામનો કરી શકે છે, ડેટામાં પેટર્ન શોધી શકે છે અને એવી આંતરદૃષ્ટિ જનરેટ કરી શકે છે જે મનુષ્યો માટે દેખીતી ન હોય.

6. હેલ્થકેર એડવાન્સમેન્ટ્સ : AI તબીબી નિદાન, દવાના વિકાસ અને વ્યક્તિગત સારવાર યોજનાઓમાં મદદ કરી શકે છે, સંભવિત રીતે આરોગ્યસંભાળના પરિણામોમાં સુધારો કરી શકે છે.

7. સુરક્ષા અને જોખમમાં ઘટાડો : સંભવિત જોખમોને ઓળખવા અને પરિવહન અને નાણાં સહિત વિવિધ ડોમેન્સમાં સલામતી વધારવા માટે અનુમાનિત વિશ્લેષણ માટે AI નો ઉપયોગ કરી શકાય છે.

કૃત્રિમ બુદ્ધિમત્તાના ગેરફાયદા :-

1. નોકરીનું વિસ્થાપન : AI દ્વારા ઓટોમેશન નોકરીની ખોટ અને ઉદ્યોગોમાં વિક્ષેપ તરફ દોરી શકે છે, ખાસ કરીને પુનરાવર્તિત અને સરળતાથી સ્વચાલિત કાર્યો સાથે.

2. પક્ષપાત અને વાજબીતા : AI સિસ્ટમ્સ તાલીમ ડેટામાં હાજર પૂર્વગ્રહને કાયમી બનાવી શકે છે, જે ભેદભાવપૂર્ણ પરિણામો તરફ દોરી જાય છે અને હાલની સામાજિક અસમાનતાને મજબૂત બનાવે છે.

3. ગોપનીયતાની ચિંતાઓ : વિશાળ માત્રામાં વ્યક્તિગત ડેટા પર AI ની નિર્ભરતા ગોપનીયતાના મુદ્દાઓ અને સંવેદનશીલ માહિતીના દુરુપયોગ અથવા અનધિકૃત ઍક્સેસની સંભવિતતા ઊભી કરે છે.

4. સુરક્ષા જોખમો : AI સિસ્ટમ્સ હેકિંગ, દૂષિત હુમલાઓ અને દુરુપયોગ માટે સંવેદનશીલ હોઈ શકે છે, જે વ્યક્તિઓ અને સંસ્થાઓ માટે સુરક્ષા જોખમો બનાવે છે.

5. AI પર વધુ પડતી નિર્ભરતા : નિર્ણાયક નિર્ણય લેવા માટે AI પર નિર્ભરતા માનવ કૌશલ્યો અને આલોચનાત્મક વિચારસરણીમાં ઘટાડો કરી શકે છે, જે સમાજને ટેક્નોલૉજી પર વધુ પડતો નિર્ભર બનાવે છે.

6. નૈતિક દુવિધાઓ : AI નો વિકાસ અને જમાવટ સમાજ પર તેની અસર, નૈતિક જવાબદારી અને AI સંસ્થાઓના અધિકારો અંગે નૈતિક પ્રશ્નો ઊભા કરે છે.

7. કિંમત અને સુલભતા : AI અમલીકરણ સાથે સંકળાયેલ પ્રારંભિક રોકાણ અને ચાલુ જાળવણી ખર્ચ કેટલીક સંસ્થાઓ માટે પ્રતિબંધિત હોઈ શકે છે, જે તેના લાભોની ઍક્સેસને મર્યાદિત કરે છે.

32. AI શું છે આવનાર સમયમાં આપણને ક્યાં ઉપયોગી સાબિત થશે

આર્ટિફિશિયલ ઇન્ટેલિજન્સ (AI) એ ટેક્નોલૉજીનું ઝડપથી વિકસતું ક્ષેત્ર છે જેમાં માનવ બુદ્ધિનું અનુકરણ કરવા અને સામાન્ય રીતે માનવ જ્ઞાનાત્મક ક્ષમતાઓની જરૂર હોય તેવા કાર્યો કરવા સક્ષમ બુદ્ધિશાળી મશીનો બનાવવાનો સમાવેશ થાય છે. આ કાર્યોમાં શિક્ષણ, સમસ્યાનું નિરાકરણ, નિર્ણય લેવાની, ભાષાની સમજણ અને ધારણાનો સમાવેશ થાય છે. તેના મૂળમાં, એઆઈનો હેતુ કમ્પ્યુટર સિસ્ટમમાં માનવ બુદ્ધિની નકલ કરવાનો છે. આમાં અલ્ગોરિધમ્સ અને મોડેલ્સ વિકસાવવાનો સમાવેશ થાય છે જે મશીનોને વિશાળ માત્રામાં ડેટાની પ્રક્રિયા અને અર્થઘટન કરવા, પેટર્ન કાઢવા અને તે માહિતીના આધારે આગાહીઓ અથવા નિર્ણયો લેવા સક્ષમ બનાવે છે. AI સિસ્ટમ્સ અનુભવ દ્વારા સમય સાથે અનુકૂલન કરવા અને સુધારવા માટે ડિઝાઈન કરવામાં આવી છે, જેમ કે મનુષ્ય તેમના અનુભવોમાંથી શીખે છે. AI માં મૂળભૂત ખ્યાલોમાંની એક મશીન લર્નિંગ છે, જેમાં પેટર્નને ઓળખવા અને આગાહીઓ કરવા માટે મોટા ડેટાસેટ્સ પર તાલીમ અલ્ગોરિધમનો સમાવેશ થાય છે. આ અલ્ગોરિધમ્સ તેઓ જે ડેટાના સંપર્કમાં આવે છે તેના આધારે તેમની વર્તણૂકને સમાયોજિત કરવા માટે આંકડાકીય તકનીકોનો ઉપયોગ કરે છે, તેમની સચોટતા અને પ્રદર્શનને વધારે છે. ડીપ લર્નિંગ એ મશીન

લર્નિંગનો સબસેટ છે જે જટિલ ડેટાની પ્રક્રિયા અને વિશ્લેષણ કરવા માટે અસંખ્ય પરસ્પર જોડાયેલા સ્તરો સાથે ન્યુરલ નેટવર્કનો ઉપયોગ કરે છે. આ ન્યુરલ નેટવર્ક્સ માનવ મગજની રચના અને કાર્યનું અનુકરણ કરે છે, AI સિસ્ટમને છબી અને વાણી ઓળખ, કુદરતી ભાષાની પ્રક્રિયા અને સ્વાયત્ત નિર્ણય લેવા જેવા જટિલ કાર્યોને હેન્ડલ કરવામાં સક્ષમ બનાવે છે. નેચરલ લેંગ્વેજ પ્રોસેસિંગ (એનએલપી) એ એઆઈનું બીજું મહત્ત્વનું પાસું છે, જે મશીનોને માનવ ભાષાને સમજવા, અર્થઘટન કરવા અને જનરેટ કરવામાં સક્ષમ કરવા પર ધ્યાન કેન્દ્રિત કરે છે. એનએલપી મનુષ્યો અને મશીનો વચ્ચે સંચારની સુવિધા આપે છે, જે એઆઈ સિસ્ટમ્સને વધુ કુદરતી અને અર્થપૂર્ણ રીતે માનવ પ્રશ્નો અથવા આદેશોને પ્રક્રિયા કરવા, સમજવા અને જવાબ આપવા માટે પરવાનગી આપે છે. રિઇન્ફોર્સમેન્ટ લર્નિંગ એ મશીન લર્નિંગનો એક દાખલો છે જ્યાં AI એજન્ટો તેમના પર્યાવરણ સાથે ક્રિયાપ્રતિક્રિયા કરીને અને તેમની ક્રિયાઓના આધારે પુરસ્કારો અથવા દંડના સ્વરૂપમાં પ્રતિસાદ પ્રાપ્ત કરીને શ્રેષ્ઠ વર્તન શીખે છે. આ ટ્રાયલ-એન્ડ-એરર પ્રક્રિયા દ્વારા, AI સિસ્ટમ્સ તેમની નિર્ણય લેવાની ક્ષમતામાં સુધારો કરે છે અને ચોક્કસ લક્ષ્યો હાંસલ કરવા માટે તેમની ક્રિયાઓને ઑપ્ટિમાઇઝ કરે છે. AI એપ્લિકેશન્સ ફાઇનાન્સ, હેલ્થકેર અને ટ્રાન્સપોર્ટેશનથી લઈને મનોરંજન, માર્કેટિંગ અને શિક્ષણ સુધીના ડોમેન્સની વિશાળ શ્રેણીમાં ફેલાયેલી છે. ફાઇનાન્સમાં, AI બજારના વલણોનું વિશ્લેષણ કરી શકે છે અને સ્ટોકના ભાવની આગાહી કરી શકે છે, જ્યારે હેલ્થકેરમાં, તે રોગોનું

નિદાન કરવામાં અને વ્યક્તિગત સારવાર યોજનાઓ વિકસાવવામાં મદદ કરી શકે છે. ઓટોમોટિવ ઉદ્યોગમાં, AI સ્વાયત્ત વાહનોને શક્તિ આપે છે, સલામતી અને કાર્યક્ષમતામાં વધારો કરે છે. AI ની પુષ્કળ પ્રગતિ અને સંભવિતતા હોવા છતાં, નૈતિક વિચારણાઓ અને સામાજિક અસરને કાળજીપૂર્વક સંબોધિત કરવી આવશ્યક છે. AI અલ્ગોરિધમ્સમાં પૂર્વગ્રહ, ઓટોમેશન, ડેટા ગોપનીયતા અને AI ની અસમાનતાને કાયમી રાખવાની સંભવિતતાને લીધે નોકરીની વિસ્થાપન અંગેની ચિંતાઓ માટે AI તકનીકોના જવાબદાર વિકાસ અને જમાવટને સુનિશ્ચિત કરવા માટે નજીકની તપાસ અને નિયમનકારી માળખાની જરૂર છે. નિષ્કર્ષમાં, કૃત્રિમ બુદ્ધિ એ બહુપક્ષીય ક્ષેત્ર છે જે મશીનોમાં માનવ બુદ્ધિની નકલ કરવાનો પ્રયાસ કરે છે. તેમાં મશીન લર્નિંગ, ડીપ લર્નિંગ, નેચરલ લેંગ્વેજ પ્રોસેસિંગ અને રિઇન્ફોર્સમેન્ટ લર્નિંગનો સમાવેશ થાય છે, જેનો હેતુ મશીનોને શીખવા, તર્ક અને નિર્ણયો લેવામાં સક્ષમ બનાવવાનો છે. AI ની અસર વિશાળ છે અને તે આપણા જીવનના વિવિધ પાસાઓને આકાર આપવાનું ચાલુ રાખે છે, સમાજ માટે તેનો મહત્તમ લાભ મેળવવા માટે જવાબદાર અને નૈતિક વિકાસની માંગ કરે છે.

33. શિક્ષકો માટે અધ્યાપન કાર્યમાં મનોવિજ્ઞાનનું જ્ઞાનની આવશ્યકતા

વિવિધ વિષયોના શિક્ષકો માટે મનોવિજ્ઞાનને સમજવું અતિ ફાયદાકારક છે કારણ કે તે વિદ્યાર્થીઓને વર્ગખંડમાં કેવી રીતે શીખે છે, કેવી રીતે વર્તે છે અને ક્રિયાપ્રતિક્રિયા કરે છે તે સમજવામાં મદદ કરે છે. આ જ્ઞાન શિક્ષણ વ્યૂહરચનાઓ, વિદ્યાર્થીઓની વ્યસ્તતા અને એકંદર વર્ગખંડની ગતિશીલતાને વધારે છે. શિક્ષકો માટે મનોવિજ્ઞાન કેવી રીતે અમૂલ્ય છે તેની વ્યાપક ઝાંખી અહીં છે.

પરિચય :- અધ્યાપન એ એક બહુપક્ષીય વ્યવસાય છે જેમાં જ્ઞાન પ્રદાન કરવું અને વિવિધ વર્ગખંડની સેટિંગ્સમાં શીખવાની સુવિધાનો સમાવેશ થાય છે. અસરકારક શિક્ષણ માટે માત્ર શીખવવામાં આવતા વિષયની જ નહીં પરંતુ શીખનારાઓના મન અને વર્તનની પણ સમજ જરૂરી છે. મનોવિજ્ઞાન, મન અને વર્તનનો અભ્યાસ, વિદ્યાર્થીઓ કેવી રીતે શીખે છે, માહિતીની પ્રક્રિયા કરે છે અને વર્ગખંડના વાતાવરણમાં કેવી રીતે વર્તે છે તેની અમૂલ્ય આંતરદૃષ્ટિ પ્રદાન કરે છે. શિક્ષણ પ્રથાઓમાં મનોવૈજ્ઞાનિક સિદ્ધાંતોને એકીકૃત કરવાથી સૂચનાની અસરકારકતામાં નોંધપાત્ર વધારો થઈ શકે છે અને વિવિધ વિષયોમાં વિદ્યાર્થીઓના શીખવાના પરિણામો પર હકારાત્મક

અસર થઈ શકે છે. વર્ગખંડમાં વિવિધ વિષયોના શિક્ષકો માટે મનોવિજ્ઞાનનું જ્ઞાન ઉપયોગી છે તેવી વિવિધ રીતે ક્યાં સહાય કરે છે તે બાબત સમજવી ખૂબજ એક શિક્ષક તરીકે આવશ્યક છે. એક સારો શિક્ષક ત્યારે બની શકે કે જ્યારે તે વિદ્યાર્થીઓને સારી રીતે સમજી શકે. વિદ્યાર્થીઓ વિવિધ પારિવારિક પર્યાવરણમાંથી આવતા હોય છે તેમનું સામાજિક આર્થિક, ધાર્મિક જેવી બાબતો ભિન્ન ભિન્ન હોય છે અને પ્રત્યેક વિદ્યાર્થીનું વ્યક્તિત્વ પણ ભિન્ન ભિન્ન હોય છે અને આવી અનેક બાબતોને ધ્યાનમાં રાખીને વર્ગખંડમાં અધ્યાપન કાર્ય શિક્ષકોએ કરવાનું હોય છે ત્યારે એક અસરકારક અધ્યાપન કાર્ય માટે શિક્ષકો પાસે મનોવિજ્ઞાનનું જ્ઞાન આવશ્યક બની શકે જાય છે.

1. **જ્ઞાનાત્મક વિકાસને સમજવું :** જ્ઞાનાત્મક વિકાસ એ મનોવિજ્ઞાનનું એક મૂળભૂત પાસું છે જે વ્યક્તિ કેવી રીતે જ્ઞાન મેળવે છે, પ્રક્રિયા કરે છે અને તેનો ઉપયોગ કરે છે તેની તપાસ કરે છે. શિક્ષકો આ સમજનો ઉપયોગ તેમના વિદ્યાર્થીઓની જ્ઞાનાત્મક ક્ષમતાઓ અને વિકાસના તબક્કાઓ સાથે સંરેખિત કરવા માટે તેમની શિક્ષણ પદ્ધતિઓને અનુરૂપ બનાવવા માટે કરી શકે છે. ઉદાહરણ તરીકે, જ્ઞાનાત્મક વિકાસના પિગેટના તબક્કાઓને સમજવાથી વિવિધ વય જૂથો માટે યોગ્ય પાઠ અને પ્રવૃત્તિઓનું માળખું બનાવવામાં મદદ મળે છે, શીખવાના અનુભવોને ઑપ્ટિમાઇઝ કરવામાં આવે છે.

2. સૂચનાત્મક વ્યૂહરચનાઓ સ્વીકારવી : મનોવૈજ્ઞાનિક સિદ્ધાંતો શિક્ષકોને વિવિધ શિક્ષણ શૈલીઓ અને પસંદગીઓને અનુરૂપ સૂચનાત્મક વ્યૂહરચનાઓનું ટૂલબોક્સ પ્રદાન કરે છે. દાખલા તરીકે, હોવર્ડ ગાર્ડનરના બહુવિધ બુદ્ધિમત્તાના સિદ્ધાંતનો ઉપયોગ કરીને, શિક્ષકો વિવિધ પ્રકારની બુદ્ધિમત્તાને સમાવવા માટે તેમના શિક્ષણ અભિગમમાં વિવિધતા લાવી શકે છે, તે સુનિશ્ચિત કરી શકે છે કે વિવિધ શક્તિઓ અને પસંદગીઓ ધરાવતા વિદ્યાર્થીઓ શીખવાની પ્રક્રિયામાં રોકાયેલા અને સમર્થિત છે.

3. પ્રેરણા અને સંલગ્નતા : મનોવિજ્ઞાન શિક્ષકોને એવા પરિબળોને સમજવામાં મદદ કરે છે જે વિદ્યાર્થીઓને પ્રોત્સાહિત કરે છે અને વર્ગખંડમાં તેમની સગાઈના સ્તરને પ્રભાવિત કરે છે. માસ્લોની જરૂરિયાતોની વંશવેલો અને સ્વ-નિર્ધારણ થિયરી જેવા સિદ્ધાંતોનો ઉપયોગ કરીને, શિક્ષકો સકારાત્મક અને પ્રેરક શિક્ષણ વાતાવરણ બનાવી શકે છે, ઉત્સાહને ઉત્તેજન આપી શકે છે અને વિષયમાં સામેલગીરી કરી શકે છે.

4. વર્ગખંડ સંચાલન : મનોવિજ્ઞાનની સમજ શિક્ષકોને વર્ગખંડના વર્તનને અસરકારક રીતે સંચાલિત કરવા માટે

સાધનોથી સજ્જ કરે છે. વર્તનવાદ અને સામાજિક મનોવિજ્ઞાનની વિભાવનાઓ શિક્ષકોને વર્તણૂકીય મજબૂતીકરણની વ્યૂહરચનાઓ અમલમાં મૂકવા, અપેક્ષાઓ નક્કી કરવા અને શિક્ષણની સુવિધા માટે અનુકૂળ વર્ગખંડનું વાતાવરણ બનાવવા માટે માર્ગદર્શન આપી શકે છે.

5. અસરકારક સંચાર : અમૌખિક સંકેતો અને સક્રિય શ્રવણ સહિત સંદેશાવ્યવહારમાં મનોવૈજ્ઞાનિક આંતરદૃષ્ટિ, શિક્ષકો માટે સ્પષ્ટપણે માહિતી પહોંચાડવા અને તેમના વિદ્યાર્થીઓની જરૂરિયાતો અને ચિંતાઓને સમજવા માટે મહત્વપૂર્ણ છે. અસરકારક સંચાર માટે આંતરવ્યક્તિગત સંચાર, અવરોધો અને વ્યૂહરચનાઓની જાગૃતિ શિક્ષક-વિદ્યાર્થી વચ્ચેની ક્રિયાપ્રતિક્રિયાઓ, વિશ્વાસ અને સહયોગને નોંધપાત્ર રીતે વધારી શકે છે.

6. શીખવાની અક્ષમતા અને વિશેષ જરૂરિયાતોને સંબોધિત કરવી : મનોવિજ્ઞાનનું જ્ઞાન શિક્ષકોને શીખવાની અક્ષમતા અને વિવિધ પ્રકારની શીખવાની શૈલીઓના સંકેતોને ઓળખવામાં મદદ કરે છે. આ જાગૃતિ શિક્ષકોને તેમની શિક્ષણ પદ્ધતિઓ અને સામગ્રીમાં ફેરફાર કરવા સક્ષમ બનાવે છે, તે સુનિશ્ચિત કરે છે કે ખાસ જરૂરિયાતો ધરાવતા વિદ્યાર્થીઓને તેમની શૈક્ષણિક ક્ષમતા પ્રાપ્ત કરવા માટે યોગ્ય સમર્થન અને સવલતો મળે.

7. સકારાત્મક શિક્ષક-વિદ્યાર્થી સંબંધોનું નિર્માણ : મનોવિજ્ઞાન વિદ્યાર્થીઓ સાથે મજબૂત, સકારાત્મક સંબંધો બનાવવા માટે મૂલ્યવાન આંતરદૃષ્ટિ આપે છે. સામાજિક મનોવિજ્ઞાન અને ભાવનાત્મક બુદ્ધિની વિભાવનાઓ શિક્ષકોને તેમના વિદ્યાર્થીઓની ભાવનાત્મક જરૂરિયાતોને સમજવામાં મદદ કરે છે અને એક પોષક અને સહાયક વર્ગખંડનું વાતાવરણ સ્થાપિત કરવામાં મદદ કરે છે જ્યાં વિદ્યાર્થીઓ આદર, મૂલ્યવાન અને શીખવા માટે પ્રેરિત અનુભવે છે.

8. મૂલ્યાંકન અને પ્રતિસાદ : મનોવિજ્ઞાન અસરકારક મૂલ્યાંકન પદ્ધતિઓ વિકસાવવામાં અને રચનાત્મક પ્રતિસાદ આપવામાં શિક્ષકોને સહાય કરે છે. મૂલ્યાંકનના સિદ્ધાંતો, જ્ઞાનાત્મક પૂર્વગ્રહો અને વિદ્યાર્થીની પ્રેરણા અને આત્મસન્માન પર પ્રતિસાદની અસરને સમજવાથી શિક્ષકોને ડિઝાઈન કરવામાં સક્ષમ બનાવે છે. મૂલ્યાંકનો કે જે વિદ્યાર્થીઓની સમજને સચોટ રીતે માપે છે અને સતત સુધારણાને પ્રોત્સાહન આપે છે.

9. મેમરીને વધારવી અને પુનઃ પ્રાપ્તિ વ્યૂહરચનાઓ : જ્ઞાનાત્મક મનોવિજ્ઞાનના સિદ્ધાંતોને લાગુ કરીને, શિક્ષકો વિદ્યાર્થીઓને યાદશક્તિ જાળવી રાખવા અને પુનઃ

પ્રાપ્તિની વ્યૂહરચનાઓ સુધારવામાં મદદ કરી શકે છે, લાંબા ગાળાના શિક્ષણને ઑપ્ટિમાઇઝ કરી શકે છે. ચેકિંગ, અંતરે પુનરાવર્તિત અને વિસ્તૃત રિહર્સલ જેવી તકનીકોને અસરકારક શિક્ષણ અને વિષયવસ્તુને જાળવી રાખવા માટે શિક્ષણ પદ્ધતિઓમાં એકીકૃત કરી શકાય છે.

10. વૃદ્ધિની માનસિકતા કેળવવી : મનોવિજ્ઞાન શિક્ષકોને તેમના વિદ્યાર્થીઓમાં વૃદ્ધિની માનસિકતા વિકસાવવા માટે પ્રોત્સાહિત કરે છે, એવી માન્યતાને પ્રોત્સાહન આપે છે કે ક્ષમતાઓ અને બુદ્ધિનો વિકાસ પ્રયત્નો અને ખંત દ્વારા કરી શકાય છે. વૃદ્ધિની માનસિકતા કેળવીને, શિક્ષકો પડકારો અને નિષ્ફળતાઓ પ્રત્યે વિદ્યાર્થીઓના વલણને હકારાત્મક રીતે પ્રભાવિત કરી શકે છે, છેવટે તેમના શૈક્ષણિક કાર્યોમાં સફળ થવા માટે તેમની સ્થિતિસ્થાપકતા અને પ્રેરણાને વધારી શકે છે.

નિષ્કર્ષ :- નિષ્કર્ષમાં, વર્ગખંડમાં વિવિધ વિષયોના શિક્ષકો માટે મનોવિજ્ઞાનનું જ્ઞાન અત્યંત ફાયદાકારક છે. જ્ઞાનાત્મક વિકાસને સમજવું, સૂચનાત્મક વ્યૂહરચનાઓને અનુકૂલિત કરવી, વિદ્યાર્થીઓને પ્રોત્સાહિત કરવા અને સંલગ્ન કરવા, અસરકારક સંદેશાવ્યવહાર, વર્ગખંડ વ્યવસ્થાપન, વિવિધ શિક્ષણની જરૂરિયાતોને સંબોધિત કરવી, સંબંધો બાંધવા, મૂલ્યાંકન અને પ્રતિસાદ, યાદશક્તિ વધારવાની તકનીકો અને વૃદ્ધિની માનસિકતા

કેળવવી એ મુખ્ય ક્ષેત્રો છે જ્યાં મનોવિજ્ઞાન નિર્ણાયક ભૂમિકા ભજવે છે. શિક્ષણ પ્રથાને શ્રેષ્ઠ બનાવવી અને વિદ્યાર્થીઓના પરિણામોમાં સુધારો કરવો. શિક્ષણમાં મનોવૈજ્ઞાનિક સિદ્ધાંતોનો સમાવેશ કરીને, શિક્ષકો એક અનુકૂળ શિક્ષણ વાતાવરણ બનાવી શકે છે જે દરેક વિદ્યાર્થીની અનન્ય જરૂરિયાતોને પૂર્ણ કરે છે, શિક્ષણ અને શૈક્ષણિક સફળતા માટે આજીવન પ્રેમને ઉત્તેજન આપે છે.

34. પેઇન્ટિંગ વિવિધ વિષયો સાથે જોડાણ માટે શિક્ષકો અને વિદ્યાર્થીઓને ઉપયોગી

પેઇન્ટિંગ શિક્ષકો અને વિદ્યાર્થીઓ બંનેના જીવનમાં નોંધપાત્ર મહત્વ ધરાવે છે, જે વિવિધ વિષયોમાં શીખવાના અનુભવને સમૃદ્ધ બનાવે છે. તેની અસર બહુપક્ષીય છે, સર્જનાત્મકતા, વિવેચનાત્મક વિચારસરણી, ભાવનાત્મક અભિવ્યક્તિ અને શૈક્ષણિક સિદ્ધિઓમાં વધારો કરે છે. શૈક્ષણિક સંદર્ભમાં, ચિત્રકામ ઇતિહાસ, વિજ્ઞાન, સાહિત્ય અને ગણિત જેવા વિષયોમાં શિક્ષણને વધારવા માટે એક શક્તિશાળી સાધન તરીકે કામ કરે છે. જ્યારે વિદ્યાર્થીઓ પેઇન્ટિંગ દ્વારા કલાત્મક અભિવ્યક્તિમાં જોડાય છે, ત્યારે તેઓ ઘણીવાર વિષયની ઊંડી સમજ વિકસાવે છે. ઉદાહરણ તરીકે, ઐતિહાસિક ચિત્રો બનાવવાથી વિદ્યાર્થીઓને ભૂતકાળ સાથે વધુ ગહન જોડાણને ઉત્તેજન આપીને, ઘટનાઓને વિઝ્યુઅલાઈઝ કરવામાં અને તેની સાથે સહાનુભૂતિ દર્શાવવામાં મદદ મળી શકે છે. વધુમાં, પેઇન્ટિંગ જટિલ વિચારસરણી અને સમસ્યા હલ કરવાની કુશળતાને પ્રોત્સાહન આપે છે. જ્યારે કોઈ વિદ્યાર્થી પેઇન્ટિંગ પ્રોજેક્ટ પર કામ શરૂ કરે છે, ત્યારે તેણે યોજના બનાવવાની, નિર્ણયો લેવાની અને કલાત્મક પડકારોને ઉકેલવાની જરૂર છે. આ જ્ઞાનાત્મક જોડાણ સુધારેલ વિશ્લેષણાત્મક ક્ષમતાઓ અને

અનુકૂલનક્ષમતા માટે ભાષાંતર કરે છે, કુશળતા કે જે વિવિધ શૈક્ષણિક શાખાઓમાં સફળતા માટે નિર્ણાયક છે. તદુપરાંત, પેઇન્ટિંગની ક્રિયા વ્યક્તિઓ, શિક્ષકો અને વિદ્યાર્થીઓ બંનેને, લાગણીઓ અને વિચારોને દૃષ્ટિની રીતે વ્યક્ત કરવાની મંજૂરી આપે છે. પોતાની જાતને સર્જનાત્મક રીતે વ્યક્ત કરવાની આ ક્ષમતા ભાવનાત્મક સુખાકારી અને અસરકારક સંચાર માટે જરૂરી છે. સાહિત્ય અને કવિતા જેવા વિષયોમાં, ચિત્રકામ વિદ્યાર્થીઓને શબ્દો અને થીમ્સને દ્રશ્યમાં અનુવાદિત કરવામાં મદદ કરી શકે છે, તેમની સમજણ અને અર્થઘટનને વધારી શકે છે. વિજ્ઞાન અને ગણિતમાં, પેઇન્ટિંગ જટિલ ખ્યાલોને સમજવામાં મદદ કરી શકે છે. અમૂર્ત સિદ્ધાંતોની વિઝ્યુઅલ રજૂઆત શિક્ષણને સરળ બનાવી શકે છે, વિદ્યાર્થીઓ માટે જટિલ વૈજ્ઞાનિક અથવા ગાણિતિક વિચારોને સમજવાનું સરળ બનાવે છે. તદુપરાંત, આ વિષયો સાથે કલાનું સંયોજન ઘણીવાર શીખવાની ઉત્કટતા કેળવે છે અને વિદ્યાર્થીઓને ઉત્સાહ અને જિજ્ઞાસા સાથે તેમનો સંપર્ક કરવા પ્રોત્સાહિત કરે છે. શિક્ષકો માટે, અભ્યાસક્રમમાં ચિત્રકળાનો સમાવેશ કરવાથી વર્ગખંડનું વાતાવરણ બદલાઈ શકે છે. તે વિવિધ શીખવાની શૈલીઓ અને ક્ષમતાઓને સમાવીને વધુ સમાવિષ્ટ અને ઇન્ટરેક્ટિવ લર્નિંગ સેટિંગને પ્રોત્સાહિત કરે છે. કલા દ્વારા શીખવવાનું કાર્ય શિક્ષક-વિદ્યાર્થી વચ્ચેના ગાઢ સંબંધોને પણ પ્રોત્સાહન આપી શકે છે, કારણ કે તે સહયોગ અને ખુલ્લા સંચારને પ્રોત્સાહન આપે છે. સારાંશમાં, શિક્ષકો અને વિદ્યાર્થીઓ બંનેની શૈક્ષણિક યાત્રામાં ચિત્રકળા મુખ્ય ભૂમિકા ભજવે છે. તે શીખવાના

અનુભવોને સમૃદ્ધ બનાવે છે, સર્જનાત્મકતાને પ્રોત્સાહન આપે છે, વિવેચનાત્મક વિચારસરણીમાં વધારો કરે છે, ભાવનાત્મક અભિવ્યક્તિમાં મદદ કરે છે અને વિષયોની વિશાળ શ્રેણીમાં સમજણને વધારે છે. તેનું મહત્વ અતિરેક કરી શકાતું નથી, અને શિક્ષણમાં તેનું એકીકરણ અસંખ્ય લાભો પ્રાપ્ત કરવાનું ચાલુ રાખે છે.

35. સારા હસ્તાક્ષર એ સાચી કેળવણી

જીવનના વિવિધ પાસાઓમાં સારા હસ્તાક્ષરનું મહત્ત્વનું મહત્વ છે. શૈક્ષણિક સિદ્ધિઓથી લઈને વ્યાવસાયિક સફળતા અને વ્યક્તિગત વિકાસ સુધી, સ્પષ્ટ અને સુવાચ્ય હસ્તાક્ષર નિર્ણાયક ભૂમિકા ભજવે છે. અહીં તેના મહત્વની વિગતવાર શોધ છે.

શૈક્ષણિક સિદ્ધિઓ :-

1. પરીક્ષાઓ અને ગ્રેડિંગ : પરીક્ષાઓમાં વ્યવસ્થિત હસ્તલેખન એ સુનિશ્ચિત કરે છે કે પરીક્ષકો તમારા જવાબો સરળતાથી વાંચી અને સમજી શકે છે, વધુ સારા ગ્રેડની સંભાવનાને સુધારે છે.

2. સમજણ અને શીખવું : સારી રીતે લખેલી નોંધો અને સોંપણીઓ વિષયને વધુ સારી રીતે સમજવામાં મદદ કરે છે, અસરકારક શિક્ષણને પ્રોત્સાહન આપે છે.

3. અસરકારક સંચાર.: સાથીદારો અથવા શિક્ષકો સાથે માહિતી શેર કરતી વખતે સ્પષ્ટ હસ્તલેખન વિચારો અને જ્ઞાનના અસરકારક સંચારને સમર્થન આપે છે.

177

વ્યાવસાયિક સફળતા :-

4. વ્યાવસાયિક પત્રવ્યવહાર : કાર્યસ્થળે, મેમો, ઈમેઈલ અને નોંધો લખવા, સંચારને વધારવા અને સાથીદારો અને ઉપરી અધિકારીઓ પર હકારાત્મક છાપ છોડવા માટે સ્પષ્ટ અને સુવાચ્ય હસ્તાક્ષર મહત્વપૂર્ણ છે.

5. દસ્તાવેજીકરણ : રેકોર્ડ-કીપિંગ અને દસ્તાવેજીકરણનો સમાવેશ કરતી નોકરીઓ માટે, સારી હસ્તાક્ષર ખાતરી કરે છે કે મહત્વપૂર્ણ વિગતો ચોક્કસ રીતે રેકોર્ડ કરવામાં આવી છે, ભૂલોનું જોખમ ઘટાડે છે.

6. પ્રસ્તુતિ અને દરખાસ્તો : પ્રસ્તુતિઓ, દરખાસ્તો અથવા અહેવાલો હાથથી બનાવતી વખતે, આકર્ષક અને સ્પષ્ટ હસ્તાક્ષર એકંદર વ્યાવસાયિક દેખાવ અને પ્રભાવમાં વધારો કરે છે.

વ્યક્તિગત વિકાસ :-

7. સ્વ-અભિવ્યક્તિ : હસ્તલેખન એ સ્વ-અભિવ્યક્તિનું એક સ્વરૂપ છે. વ્યક્તિના હસ્તાક્ષર તેમના વ્યક્તિત્વ,

સર્જનાત્મકતા અને વ્યક્તિત્વને પ્રતિબિંબિત કરી શકે છે.

8. માઇન્ડફુલનેસ અને ફોકસ : સારી રીતે લખવા માટે એકાગ્રતા અને ફોકસની જરૂર છે, માઇન્ડફુલનેસને પ્રોત્સાહન આપવું અને હાજર રહેવાની અને સચેત રહેવાની ક્ષમતામાં વધારો કરવો.

9. કલાત્મક પ્રયાસો : સુલેખન અથવા સ્કેચિંગ જેવા કલાત્મક વ્યવસાય સાથે સંકળાયેલા લોકો માટે, સારા હસ્તાક્ષર એ સુંદર અને સૌંદર્યલક્ષી રીતે આનંદદાયક ટુકડાઓ બનાવવાનો પાયો છે.

સંચાર અને સામાજિક ક્રિયાપ્રતિક્રિયાઓ :-

10. અક્ષરો અને કાર્ડ્સ : વ્યક્તિગત પત્રવ્યવહારમાં, સુવાચ્ય અને આકર્ષક હસ્તલેખન વ્યક્તિગત સ્પર્શ ઉમેરે છે, જે અક્ષરો અને કાર્ડ્સને વધુ હૃદયસ્પર્શી અને અર્થપૂર્ણ બનાવે છે.

11. ફોર્મ અને અરજીઓ : ફોર્મ અથવા અરજીઓ ભરતી વખતે, સ્પષ્ટ હસ્તાક્ષર ખાતરી કરે છે કે માહિતી

સચોટ છે અને પ્રાપ્તકર્તા દ્વારા સારી રીતે પ્રાપ્ત થઈ છે.

કાનૂની અને સત્તાવાર દસ્તાવેજીકરણ :-

12. કાનૂની દસ્તાવેજો : કાનૂની વ્યવસાયોમાં, કરારો, વિલ્સ અને અન્ય કાનૂની દસ્તાવેજનો મુસદ્દો તૈયાર કરવા માટે સારી હસ્તાક્ષર હોવી મહત્વપૂર્ણ છે જેને સ્પષ્ટ અને સચોટ રીતે સમજવાની જરૂર છે.

13. સત્તાવાર રેકોર્ડ : ઘણા અધિકૃત દસ્તાવેજને હજુ પણ હસ્તલિખિત એન્ટ્રીની જરૂર છે, અને ચોક્કસ અને વ્યવસ્થિત રેકોર્ડ જાળવવા માટે સ્પષ્ટ, સુવાચ્ય હસ્તાક્ષર હોવું જરૂરી છે.

14. મગજ-હાથનું સંકલન : સુવાચ્ય રીતે લખવાનું શીખવું હાથ-આંખના સંકલનને વધારે છે અને મગજની પ્રવૃત્તિને ઉત્તેજિત કરે છે, એકંદર જ્ઞાનાત્મક વિકાસમાં ફાળો આપે છે.

15. ફાઇન મોટર સ્કીલ્સ : ચોકસાઈ સાથે લખવાથી બાળકોમાં ઉત્તમ મોટર કૌશલ્ય વિકસાવવામાં મદદ

મળે છે, જે તેમને વધુ સારી રીતે નિયંત્રણ અને ચોકસાઈ સાથે વિવિધ પ્રવૃત્તિઓ કરવા સક્ષમ બનાવે છે.

સાંસ્કૃતિક અને ઐતિહાસિક મહત્વ :-

16. વારસાનું જતન : સ્પષ્ટ અને સુઘડ હસ્તલેખન એ સુનિશ્ચિત કરીને ઐતિહાસિક રેકોર્ડ્સ અને સાંસ્કૃતિક વારસાને જાળવવામાં મદદ કરે છે કે હસ્તલિખિત હસ્તપ્રતો અને દસ્તાવેજો આવનારી પેઢીઓ માટે સુવાચ્ય રહે.

17. પરંપરા અને શિષ્ટાચાર : સારા હસ્તલેખન અસરકારક સંચાર અને શિક્ષણ સાથે સંકળાયેલા પરંપરાગત મૂલ્યો અને શિષ્ટાચારને જાળવી રાખે છે, લેખિત શબ્દ માટે આદરનો વારસો પસાર કરે છે. નિષ્કર્ષમાં, સારા હસ્તાક્ષર એ માત્ર સૌંદર્ય શાસ્ત્ર વિશે જ નહીં પરંતુ અસરકારક સંચાર, વ્યક્તિગત વિકાસ, વ્યાવસાયિક સફળતા અને સાંસ્કૃતિક જાળવણી વિશે પણ છે. તે જીવનના વિવિધ પાસાઓને અસર કરે છે,

તેને કેળવવા અને જાળવવા માટે એક આવશ્યક કૌશલ્ય બનાવે છે.

36. જીવનમાં સકારાત્મક વલણ, એક સ્વસ્થ જીવન

માનસિક અને શારીરિક સ્વાસ્થ્ય, સંબંધો, ઉત્પાદકતા, સ્થિતિસ્થાપકતા અને એકંદર સુખાકારી જેવા વિવિધ પાસાઓને અસર કરતી આપણા જીવનમાં સકારાત્મક વલણ જાળવવું એ નિર્વિવાદ પણે મૂલ્યવાન છે. સકારાત્મક દૃષ્ટિકોણ આપણા દ્રષ્ટિકોણ, ક્રિયાઓ અને આપણી આસપાસની દુનિયા સાથેની ક્રિયાપ્રતિક્રિયાઓને પ્રભાવિત કરી શકે છે, જે વધુ પરિપૂર્ણ અને અર્થપૂર્ણ જીવન તરફ દોરી જાય છે. જેમાં સકારાત્મક વલણ પ્રગટ થાય છે અને આપણા અંગત અને વ્યાવસાયિક જીવન પર તેની દૂરગામી અસરો તેમજ આવી માનસિકતા કેળવવા અને ટકાવી રાખવાની વ્યૂહરચના. શરૂ કરવા માટે, ચાલો સકારાત્મક વલણના માનસિક અને ભાવનાત્મક ફાયદાઓને ધ્યાનમાં લઈએ. સકારાત્મક માનસિકતા તણાવ, ચિંતા અને હતાશાને ઘટાડીને માનસિક સુખાકારીમાં વધારો કરી શકે છે. તે વ્યક્તિઓને આશાવાદ અને સ્થિતિસ્થાપકતા સાથે પડકારોનો સામનો કરવા માટે સશક્ત બનાવે છે, આંચકોને દુસ્તર અવરોધોને બદલે વિકાસની તકો તરીકે જુએ છે. વધુમાં, સકારાત્મક વલણ પ્રતિકૂળતાનો સામનો કરવાની અમારી ક્ષમતાને સુધારી શકે છે, ભાવનાત્મક બુદ્ધિને ઉત્તેજન આપી શકે છે અને જીવન પ્રત્યે તંદુરસ્ત દૃષ્ટિકોણને પ્રોત્સાહન આપી શકે છે. વધુમાં, હકારાત્મક

વલણ જાળવવાથી આપણા શારીરિક સ્વાસ્થ્ય પર ઊંડી અસર પડી શકે છે. અસંખ્ય અભ્યાસો સૂચવે છે કે સકારાત્મક દૃષ્ટિકોણ મજબૂત રોગપ્રતિકારક શક્તિ, બીમારીઓમાંથી ઝડપી પુનઃ પ્રાપ્તિ અને જીવનકાળમાં વધારો સાથે જોડાયેલ છે. સકારાત્મક વિચારસરણીની શક્તિ તણાવ ઘટાડવામાં, બ્લડ પ્રેશર ઘટાડવામાં અને તંદુરસ્ત જીવનશૈલીની પસંદગીઓને પ્રોત્સાહન આપી શકે છે, જેમ કે નિયમિત કસરત અને સંતુલિત આહાર. આમ, તે સ્પષ્ટ છે કે સકારાત્મક વલણ આપણા એકંદર આરોગ્ય અને આયુષ્યમાં સીધો ફાળો આપી શકે છે. સંબંધોના ક્ષેત્રમાં, સકારાત્મક વલણ અન્ય લોકો સાથે અર્થપૂર્ણ જોડાણોને ઉત્તેજન આપવા માટે નિમિત્ત છે. સકારાત્મકતા લોકોને આકર્ષે છે અને બહેતર સંચાર, સહયોગ અને ટીમ વર્ક તરફ દોરી શકે છે. સકારાત્મક વર્તન ધરાવતી વ્યક્તિઓ આસપાસ રહેવા માટે વધુ સુગમ અને આનંદપ્રદ હોય છે, જે તેમની સામાજિક ક્રિયાપ્રતિક્રિયાઓ અને નેટવર્ક્સ પર સકારાત્મક અસર બનાવે છે. વધુમાં, સકારાત્મક વલણ તકરારને રચનાત્મક રીતે ઉકેલવામાં અને સુમેળભર્યા સંબંધો જાળવવામાં મદદ કરી શકે છે. વ્યાવસાયિક ક્ષેત્રમાં, સકારાત્મક વલણ ઘણીવાર સફળતાનાં મુખ્ય પરિબળ તરીકે જોવામાં આવે છે. આશાવાદી વ્યક્તિઓ વધુ પ્રેરિત, સર્જનાત્મક અને ઉત્પાદક હોય છે. તેઓ સમસ્યા હલ કરવાની માનસિકતા સાથે પડકારોનો સંપર્ક કરે છે, વિકાસ અને સુધારણા માટેની તકો શોધે છે. એમ્પ્લોયરો ટીમના સભ્યોને સકારાત્મક વલણ સાથે મૂલ્ય આપે છે, કારણ કે તેઓ ઘણીવાર વધુ સકારાત્મક કાર્ય વાતાવરણ, ઉન્નત ટીમવર્ક

અને નોકરીના સંતોષમાં વધારો કરે છે. સકારાત્મક વલણ કેળવવામાં ઘણી વ્યૂહરચનાઓનો સમાવેશ થાય છે, જેમાં કૃતજ્ઞતા, માઇન્ડફુલનેસ અને સ્વ-પ્રતિબિંબનો સમાવેશ થાય છે. કૃતજ્ઞતા વ્યક્તિઓને તેમની પાસે જે અભાવ છે તેના પર ધ્યાન કેન્દ્રિત કરવા પ્રોત્સાહિત કરે છે, સંતોષ અને પ્રશંસાની ભાવનાને પ્રોત્સાહન આપે છે. માઇન્ડફુલનેસમાં ક્ષણમાં હાજર રહેવું, વ્યક્તિના વિચારો અને લાગણીઓને વધુ સારી રીતે સમજવા અને વધુ સકારાત્મક પરિપ્રેક્ષ્યને પ્રોત્સાહન આપવાનો સમાવેશ થાય છે. સ્વ-પ્રતિબિંબ વ્યક્તિઓને તેમની ક્રિયાઓનું મૂલ્યાંકન કરવા, તેમના અનુભવોમાંથી શીખવા અને વ્યક્તિગત વિકાસ અને સુધારણા માટે પ્રયત્ન કરવા પ્રોત્સાહિત કરે છે. નિષ્કર્ષમાં, સકારાત્મક વલણના બહુપક્ષીય લાભો છે જે આપણા જીવનના વિવિધ પાસાઓને પ્રસરે છે. માનસિક અને શારીરિક સ્વાસ્થ્ય સુધારવાથી લઈને સંબંધો અને વ્યાવસાયિક સફળતા વધારવા સુધી, સકારાત્મકતાની શક્તિને અતિરેક કરી શકાતી નથી. સકારાત્મક માનસિકતા કેળવવી અને જાળવવી એ આપણી મુઠ્ઠીમાં છે, અને આમ કરવાથી, આપણે વધુ પરિપૂર્ણ, આનંદકારક અને અર્થપૂર્ણ જીવનને અનલૉક કરી શકીએ છીએ.

37. NEP 2020 એક નવી રાહ શિક્ષણમાં નવીનીકરણ

ન્યુ એજ્યુકેશન પોલિસી (NEP) 2020 ની સમય સાથેનો બદલાવ છે. નવી જરૂરિયાતોને ધ્યાનમાં રાખીને શિક્ષણમાં પણ સમયાંતરે ક્રમશઃ પરિવર્તન આવશ્યક છે. નવા નવા સંશોધનો, માંગ, નવા ક્ષેત્રો, ઉદ્યોગ, સ્કીલ પર્સન, કોમ્પ્યુટર યુગ, આવી અનેક બાબતોને ધ્યાનમાં રાખીને નવી પેઢીને શિક્ષિત કરવાની જરૂર છે. ચીલાચાલુ શિક્ષણને બદલે શિક્ષણમાં ઉદારીકરણ અને નવી બાબતોને આવનાર સમયમાં માગને પહોંચી વળવા માટે આપણાં બાળકોને તૈયાર કરવાની જવાબદારી રાષ્ટ્રની છે તેને ધ્યાનમાં લઈને અમલીકરણ કરવાનું દરેક રાજ્ય સરકારો સ્વીકાર્યું છે. રાષ્ટ્રીય શિક્ષણ નીતિ (NEP) 2020 એ એક વ્યાપક માળખું છે જેનો ઉદ્દેશ્ય ભારતમાં શિક્ષણ પ્રણાલીમાં પરિવર્તન લાવવાનો છે. તેને 29 જુલાઈ, 2020 ના રોજ કેન્દ્રિય કેબિનેટ દ્વારા મંજૂર કરવામાં આવ્યું હતું, અને તેનો હેતુ શિક્ષણ ક્ષેત્રના માળખા અને કામગીરીમાં નોંધપાત્ર ફેરફારો લાવવાનો છે. નીતિ વિવિધ મુખ્ય પાસાઓ પર ધ્યાન કેન્દ્રિત કરે છે:

1. પ્રારંભિક બાળપણ સંભાળ અને શિક્ષણ (ECCE) :- શિક્ષણ માટે મજબૂત પાયો સુનિશ્ચિત કરવા પ્રારંભિક બાળપણના શિક્ષણના મહત્વ પર ભાર મૂકે છે. - 2025 સુધીમાં 3 થી

6 વર્ષની વયના તમામ બાળકો માટે મફત અને ફરજિયાત ECCE પ્રદાન કરવાનો હેતુ છે.

2. શાળા શિક્ષણ :- પૂર્વશાળાથી માધ્યમિક સ્તર સુધી શાળા શિક્ષણનું સાર્વત્રિકકરણ. - 2030 સુધીમાં પૂર્વશાળાથી માધ્યમિક સ્તરમાં 100% ગ્રોસ એનરોલમેન્ટ રેશિયો (GER) હાંસલ કરવાનો લક્ષ્યાંક છે. - હાલની 10+2 સિસ્ટમને બદલવા માટે 5+3+3+4 અભ્યાસક્રમ માળખાનો અમલ.

3. ઉચ્ચ શિક્ષણ :- વધુ સર્વગ્રાહી અને મલ્ટિડિસિપ્લિનરી અભિગમ માટે ઉચ્ચ શિક્ષણ સંસ્થાઓનું એકીકરણ. - ઉચ્ચ શિક્ષણની દેખરેખ માટે નવા નિયમનકારી માળખું, હાયર એજ્યુકેશન કમિશન ઓફ ઇન્ડિયા (HECI) ની રજૂઆત.

4. ભારતીય ભાષાઓનો બહુભાષાવાદ અને પ્રમોશન :- ઓછામાં ઓછા ધોરણ 5 સુધી માતૃભાષા અથવા પ્રાદેશિક ભાષામાં શીખવવા અને શીખવવા માટે પ્રોત્સાહન. - ત્રણ ભાષાના સૂત્રને પ્રોત્સાહન આપે છે, જ્યાં બાળકો ત્રણ ભાષાઓ શરૂઆતમાં શીખશે.

5. કૌશલ્ય વિકાસ અને વ્યાવસાયિક શિક્ષણ : શાળા કક્ષાએથી વ્યાવસાયિક શિક્ષણનું એકીકરણ અને કૌશલ્ય વિકાસ અભ્યાસક્રમોને પ્રોત્સાહન. - 2025 સુધીમાં

ઓછામાં ઓછા 50% શીખનારાઓ વ્યાવસાયિક શિક્ષણનો સંપર્ક કરે તેની ખાતરી કરવાનો હેતુ.

6. ટેક્નોલૉજી એકીકરણ :- વધુ ઇન્ટરેક્ટિવ અને આકર્ષક શીખવાના અનુભવ માટે ટેક્નોલૉજીનો ઉપયોગ. - ઓનલાઇન અને ડિજિટલ શિક્ષણને પ્રમોશન જેથી દુરસ્ત અને અછતગ્રસ્ત વિસ્તારોમાં પહોંચે.

7. શિક્ષક તાલીમ અને વિકાસ :- સતત વ્યાવસાયિક વિકાસ અને તાલીમ કાર્યક્રમો દ્વારા શિક્ષકોની ગુણવત્તામાં વધારો કરવો. - ઉચ્ચ-ગુણવત્તાવાળા શિક્ષકોને આકર્ષવા અને જાળવી રાખવા પર ધ્યાન કેન્દ્રિત કરો.

8. મૂલ્યાંકન સુધારા :- પરીક્ષાઓ પરનો ભાર ઘટાડવો અને રચનાત્મક અને સંક્ષિપ્ત મૂલ્યાંકનો સહિત સર્વગ્રાહી મૂલ્યાંકન અભિગમને પ્રોત્સાહન આપવું.

9. ઇક્વિટી અને સમાવેશ :- સામાજિક-આર્થિક પૃષ્ઠભૂમિ, લિંગ અથવા અપંગતાને ધ્યાનમાં લીધા વિના, શિક્ષણ બધા માટે સુલભ છે તેની ખાતરી કરવાના પગલાં. - વંચિત જૂથો અને પ્રદેશો પર વિશેષ ધ્યાન.

10. સંશોધન અને નવીનતા ;- સર્જનાત્મકતા અને વિવેચનાત્મક વિચારસરણીને પ્રોત્સાહન આપવા શૈક્ષણિક સંસ્થાઓમાં સંશોધન અને નવીનતાને પ્રોત્સાહન આપવું. આ રાષ્ટ્રીય શિક્ષણ નીતિ 2020 ની મુખ્ય હાઇલાઇટ્સ છે, જેનો ઉદ્દેશ્ય ભારતની શિક્ષણ પ્રણાલીમાં શિક્ષણ અને વિકાસ માટે વધુ સમાવિષ્ટ, લવચીક અને સર્વગ્રાહી અભિગમ માટે પરિવર્તન લાવવાનો છે.

જી. એસ. દેઘરોટિયા 'ગુલામ'

જી. એસ. દેઘરોટિયા 'ગુલામ'